॥ श्री गणेशाय नमः ॥

आत्मोद्धार

कलियुगातील परिस्थिती नुसार

अरुण देशपांडे

|| मनोगत ||

कलियुगाची जेमतेम ७००० वर्षे संपलेली आहेत. अजून ४ लाख २७ हजार वर्षे बाकी आहेत. तरीपण लोक भरकटत चाललेत. मला कमी श्रमात जास्त पैसे कसे मिळतील, पैशानी प्रसिद्धी कशी मिळेल. तसेच अंगाला धक्का न लागता कमी श्रमात देव कसा प्राप्त होईल? असा अट्टाहास लोकांचा सुरू झाला आहे. आज सुधारण्याच्या नावाखाली संस्कार व संस्कृती नष्ट होत आहे. त्यामुळे अनेक घरे नष्ट होत आहेत. ह्या सर्व परिस्थितीवर काहीतरी लिहावे असे विचार मनात येत होते. पण काय लिहायचे व कसे लिहायचे हे कळत नव्हते. एक दिवस मला 'दैनिक देशोन्नती' ह्या पेपरची पुरवणी मिळाली. त्यामध्ये संतश्रेष्ठ श्री तुकाराम महाराजांबद्दल सर्व विवेचन होते. उद्धरेत्मात्मानाम ह्या श्लोकानुरूप त्यांनी आपल्या जीवनात ईश्वरालाच गुरु मानून ईश्वरी साधना कशी केली व दुसऱ्यांनासुद्धा हाच उपदेश करून प्रत्येकाने कसे स्वयंप्रकाशित व्हावे ह्या विषयी मार्गदर्शन केले. हा श्लोक मला एवढा आवडला की मी तोच विषय केंद्रस्थानी ठेवून हे पुस्तक लिहिले.

पुस्तक लिहिताना मनात बराच संभ्रम होता. आपले पुस्तक होईल का? त्याला कोणी वाचेल का? असे अनेक विचार मनात येत असताना एक दिवस माझी भाची ज्योतिषाचार्य सौ. स्नेहल हिला मी माझी पत्रिका दाखवून ह्या विषयी विचारले. तेव्हा ती म्हणाली, मामा तू पुस्तक लिहिणार आहे, व त्याला चांगली प्रसिद्धी मिळेल. पण त्यात अनेक अडचणी येतील. पैसा, प्रसिद्धी, अडचणी ह्याच्याशी मला काहीही देणे घेणे नव्हते. लोक कल्याण हा एकच उद्देश त्यामागे होता. ह्या भविष्यामुळे मला पुस्तक लिहिण्याचे मनोबल मिळाले.

एक दिवस अचानक मला पुस्तकातील एक प्रकरण माझ्या मुलाला दाखविण्याचे काम पडले. तेव्हा माझ्या पुस्तक लिहिण्याच्या कृतीमुळे त्यालाही आनंद झाला. नंतर त्यानी मोबाईल मध्ये कसे लिहायचे ह्याविषयी सांगितले. तसेच त्यानी अनेक दुरुस्त्या पण करायला लावल्या. व सर्व पुस्तक इंटरनेटवर घेऊन श्लोक, काना मात्रा व्यवस्थित करून दिले.

माझी भाची सौ. स्नेहल हिच्यामुळे पुस्तक लिहिण्याची चालना मिळाली व माझा मुलगा अंबरीष ह्याच्या मदतीमुळे हे पुस्तक पूर्ण झाले. ह्या दोघांचेही मनःपूर्वक आभार. मला आशा आहे की, ह्या पुस्तकामुळे प्रत्येकाला साधता येईल आपला: "आत्मोद्धार"!

|| प्रस्तावना ||

उद्धरेदात्मनाऽऽत्मानं नात्मानमवसादयेत्।
आत्मैव ह्यात्मनो बंधुरात्मैव रिपुरात्मनः ।।६.७।।

भगवद्गीतेतील सहाव्या अध्यायातील हा पाचवा श्लोक. उद्धरेदात्मनाऽऽत्मानं... याचा अर्थ मनुष्याने स्वतःच्या आत्म्याचा स्वतःच उद्धार केला पाहिजे. मी त्याचा संक्षिप्त शब्द आत्मोद्धार करून हे पुस्तक लिहिले. सध्याच्या कलियुगातील परिस्थितीची जाणीव ठेवून प्रत्येकानी सावध राहून आपला विकास करावा व भरकटून जाऊ नये म्हणून मी या पुस्तकात माझे विचार व माझे अनुभव प्रस्तुत केले. मी कोणताही विद्वान नाही किंवा मोठा लेखक पण नाही. हे पुस्तक म्हणजे ईश्वरी प्रेरणा आहे. आपल्याला या पुस्तकातून नक्कीच काही मार्गदर्शन होईल अशी अपेक्षा करतो. धन्यवाद.

माझी सद्गुरु माऊली श्री नृसिंह सरस्वती
स्वामी महाराज
व माझे गुरु जगद्गुरु शंकराचार्य श्री कल्याण
सेवक महाराज संकेश्वर पीठ
यांच्या चरणी अर्पण

॥ भक्तियोग ॥

१.

गुरु - भाग १

गुरुर्ब्रह्मा गुरुर्विष्णुः गुरुर्देवो महेश्वरः ।
गुरुःसाक्षात् परब्रह्म तस्मै श्रीगुरवे नमः ॥

गुरु म्हणजे त्याचे गुण, रूप अंतःकरणात साठवून ठेवावे अशी गुरुमाऊली. त्रिभुवनात ज्यांनी गुरुदेव म्हणून अवतार घेतला ते श्री गुरुदत्तात्रेय. त्यांनी श्री नृसिंहसरस्वती रूपात कलियुगात अवतार घेऊन लोककल्याणाकरिता श्री गुरुचरित्र निर्माण केले. या गुरुचरित्रात अखिल विश्वाचे कल्याण आहे. ब्राह्मणा-करिता हे गुरुचरित्र म्हणजे एक अमूल्य ठेवा आहे. तसेच श्री वासुदेवानंद सरस्वती टेंबेस्वामी महाराज यांनी श्री गुरूंच्या कृपा आशीर्वादाने *'दिगंबरा दिगंबरा श्रीपाद वल्लभ दिगंबरा"* हा मंत्र निर्माण केला. हा मंत्र आणि श्री गुरुचरित्र यामुळे प्रत्येक व्यक्तीला गुरुमाऊलीचा आधार प्राप्त होतो. प्रत्येकाने आपले गृहस्थाश्रमाचे कर्म, कर्तव्य व श्री गुरूची आराधना केली तर त्याला इतर कुठल्याही गुरूची आवश्यकता नाही.

पण आज परिस्तिथी खूपच वेगळी आहे. गुरु आणि शिष्य यांचे नाते म्हणजे पैसा व प्रसिद्धीचा खेळ सुरु झाला आहे. गुरुपौर्णिमा आली कि, गुरुपौर्णिमा ते रक्षाबंधन हा महिनाभर सर्व मंगल कार्यालय, सभामंडप बुक झालेली असतात. आणि तथाकथित गुरुमहाराज या काळात दहा ते पंधरा लाख (कदाचित कोटीसुद्धा) सहज कमावून घेतात. आणि शिष्यांना वाटते कि आता मोक्ष आपल्या जवळ येऊन ठेपला आहे. "कर गुरु घे मोक्ष" अशी स्थिती सध्या झालेली आहे. गुरु केल्याशिवाय मोक्ष मिळत नाही अशी एक भ्रामक कल्पना या कलियुगात निर्माण झालेली आहे. याचा गैरफायदा या तथाकथित गुरुमहाराजांनी घेतलेला आहे. त्यामुळे कीर्तनकार, प्रवचनकार, प्रबोधनकार, निरुपणकार, तांत्रिक, मांत्रिक, भूत-पिशाच्च वशीकरण

वाले, असे अनेक महामानव गुरूच्या वेशात जनमानसात येऊन बसलेले आहेत. आणि हे तथाकथित गुरु मंत्रांची खिरापत वाटत सुटतात. आणि आम्हाला पैसा नको, प्रसिद्धी नको, प्रसिद्धीच्या आम्ही दूर आहोत असे वारंवार म्हणून पैसे आणि प्रसिद्धी दोन्ही मिळवतात.

सध्या जनमानसात पैसा व प्रसिद्धीचा खेळ सुरु झाला आहे. "मी खूप पैसा कसा मिळवेल" आणि पैश्याच्या भरवश्यावर मला प्रसिद्धी कशी मिळवता येईल, याचा ध्यास प्रत्येकाला लागलेला आहे. मग वाट्टेल तसा पैसा मिळवण्याकरिता लोकांनी आपली कर्मेच गहाण टाकली आहेत. प्रत्येक व्यक्ती पैसा मिळवण्याचे एक यंत्र बनला आहे. त्यामुळे संध्या-पूजा, कुळ-कुळाचार, श्राद्ध-पक्ष, ईश्वराप्रती भक्ती, निसर्गाशी नाते हि सर्व कर्मे तो विसरला आहे. आपल्या सभोवताली असणाऱ्या समाजाप्रती आपले काही कर्तव्य आहे हे सुद्धा तो विसरला आहे. लोभ, अहंकार, राग, द्वेष आणि मत्सर यांनी तो घेरला गेला आहे. कालांतराने यामुळे होणारे परिणाम पाप व दोष या रूपाने ज्यावेळी समोर येतात, त्यावेळी त्याच्या डोक्यात प्रकाश पडतो पण नंतर खूप उशीर झालेला असतो. मग हाच व्यक्ती गुरुमहाराजांच्या शोधात जातो.

गुरु म्हणजे जीवनाचा मार्गदर्शक. मोक्ष म्हणजे मुक्ती. मुक्ती म्हणजे मुक्त होणे. कशातून मुक्त होणे? तर, कर्मदोषातून मुक्त होणे. मनुष्य जन्माला येताना, तो अनेक दोष आपल्या सोबत घेऊन येतो. त्या दोषांचे निराकरण व या जन्मातील कर्म यांचा ताळमेळ बसवून, प्रत्येकाला आपला जीवनक्रम आखावा लागतो. एकेका कर्मातून मुक्त व्हावे लागते. अश्या वेळी ईश्वरी आराधना, व्रतवैकल्य, योग्य उपवास फार उपयोगाचे असतात. हि सर्व उपासना गुरूच्या मार्गदर्शनाखाली झाल्यास मनुष्य त्या कर्मदोषातून लवकर मुक्त होतो. अशा तऱ्हेने हळूहळू तो सर्व कर्म दोषातून मुक्त होतो. त्याला सद्गती प्राप्त होते. मोक्ष नाही.

पण सध्या परिस्थिती वेगळी आहे. *गुरु केला म्हणजे आपल्याला सर्व कर्मापासून आपण मुक्त झालो'* अशी प्रत्येक शिष्याची धारणा निर्माण झालेली आहे. गुरूचा फोटो देवघरात ठेवायचा, त्याला हार आणि मोठे गुलाबाचे फुलं वाहायचे, "अमुक" महाराज कि जय म्हणायचे, गुरूने सांगितलेलीच साधना करायची, एवढे सगळे झाले कि यांना मोक्ष

मिळाला. नंतर या शिष्याला संध्या, देवधर्म काहीही करण्याची आवश्यकता भासत नाही. काही लोकांनी गुरूच्या नादी लागून आपले नित्य धार्मिक विधी बदलले किंवा पूर्ण बंदच केले. काही लोकांनी पूजेतून देवही काढून टाकले. फक्त गुरूचा किंवा त्यांच्या पादुकांचाच फोटो ठेवला आहे. एका शिष्याकडे तर गुरूच्या पावलांचा फोटो लावलेला मी पाहिलेला आहे. प्रत्येकव्यक्तीने हे लक्षात ठेवले पाहिजे कि, असे तथाकथित गुरु देवत्वाला पोहचलेले नसतात. पीठासीन शंकराचार्य, श्री वासुदेवानंद सरस्वती, श्री ब्रह्मचैतन्य गोंदवलेकर महाराज, श्री राघवेंद्र स्वामी, हे सर्व देवाचाच अंश आहेत. अश्या ब्रह्मलोक प्राप्त झालेल्या व्यक्तीच देवघरात शोभून दिसतात. पण वरील तथाकथित गुरूचा फोटो किंवा त्यांच्या पादुका, किंवा पावलांचा फोटो देवघरात लावू नये. कारण ते देवाची बरोबरी करीत नाहीत. तसेच मृत व्यक्तीचा फोटो सुद्धा देवघरात ठेवू नये. ज्या घरात वरील प्रकार असतो, त्या घराची अधोगती होत राहते. व शेवटी विनाश होतो असे माझ्या निदर्शनास आले आहे. गुरुमुळे अधोगती झालेली अनेक घरे मी पाहिलेली आहेत.

ब्रह्मचैतन्य श्री गोंदवलेकर महाराजांनी. एका प्रवचनात सांगितले कि *'गेल्या पन्नास वर्षांपासून कली खूप माजला आहे, त्यापासून रक्षण होण्याकरिता ईश्वराचे चरण घट्ट धरून ठेवा''.* पण आज याच्या विपरीत स्थिती आहे. आपण खरोखरच ईश्वराचे चरण सोडले आणि तथाकथित गुरूचे चरण धरले आहेत.

श्री रामदास स्वामींनी दासबोधात सांगितले कि *'असे गुरु पैक्याचे तीन मिळाले तरी करू नका'* पण आज पैक्याचे दहा गुरु मिळतात व त्यांच्या मागे शेकडो शिष्य असतात. या गुरूचे वर्णन करावे तेवढे थोडेच आहे. तांत्रिक मांत्रिक गुरु असतात ते नेहमीच भूत पिशाच्चाच्या गोष्टी करतात व *"मी काय तीर मारले''* हे रात्रीचे तीन तीन वाजेपर्येत सांगत सुटतात. काही गुरु शिष्यांचे हात जमिनीला चिकटवून ठेवतात. काहींना लाईटचा प्रकाश पडलेला दिसतो. काही गुरु आपल्या शिष्यांना महत्वाच्या धार्मिक स्थळांना जाऊ देत नाहीत. कारण शिष्यावर वशीकरणाचा प्रभाव असतो. व तो प्रभाव नष्ट होण्याची भीती गुरूला असते. उदाहरणार्थ, एखाद्याला पिशाच्च बाधा असेल व तो एखाद्या गुरूचा शिष्य असेल. तर तो गुरु पिशाच्च बाधा नष्ट करू शकत

नाही कारण तेवढी त्याची पात्रता नसते. तसेच पिशाच्च बाधा असलेला व्यक्ती कधीही गाणगापूरला जाऊ शकत नाही. कारण त्याला त्याचे पिशाच्च त्या ठिकाणी जाऊ देत नाही. अश्या व्यक्तीला बांधून व दोन-चार लोकांनी पकडूनच गाणगापूरला न्यावे लागते. अश्या परिस्थितीत शिष्य गुरुकडे त्या व्यक्तीला घेऊन जातो. गुरुमहाराज त्याची बाधा काढून झाडाला बांधून ठेवतात. नंतर पिशाच्चं गुरुकडे व बाधा झालेली व्यक्ती गाणगापूरला! बाधा झालेली व्यक्ती व शिष्य यात्रा संपवून गावात आल्याबरोबर गुरु भेटीला घरी येतात, व गुरु पुन्हा त्या पिशाच्चाला मोकळे करून बाधित व्यक्तीवर सोडतात. आणि बाधा झालेली व्यक्ती कधीही दुरुस्त होत नाही.

प्रथम गुरु आई असते. उपनयन झाल्यावर वडील गुरु होऊन गायत्री मंत्राचा उपदेश देतात. तिसरे गुरु आपल्या घरी पौरोहित्य करणारे आचार्य असतात. व ते आपल्या कुटुंबातील कुळकुलाचार, व्रतवैकल्य याबद्दल मार्गदर्शन करतात. चौथा गुरु विद्या गुरु असतो. पण हे चारही गुरु सध्या कर्महीन व पदभ्रष्ट झालेली आहेत, त्यामुळे प्रत्येक व्यक्ती भरकटत चालली आहे. व या तथाकथित गुरूच्या नादी लागलेली आहे.

श्रीगुरु दत्तात्रेयांनी चोवीस गुरु केले. त्यांच्या पासून ज्ञान प्राप्त केले. पण कोणताही मंत्रोपदेश किंवा मंत्र घेतलेला नाही. शिष्याचा पाया मजबूत असेल तर आध्यात्मिक गुरु तुमच्याकडे चालत येईल. अश्या व्यक्तीला कुठलाही गुरु शोधण्याची आवश्यकता नसते.

अश्या तथाकथित गुरूच्या प्रतापांचे वर्णन करावे तेवढे थोडेच आहे. तेव्हा गुरु महाराज, साधना, सत्संग यांच्या नादी न लागता आपल्या जीवनातील कर्म व जबाबदारी यांची जाणीव ठेवून आपली जीवनशैली आचरली तर त्यालाच म्हणता येईल आत्मोद्धार.

२.

गुरु - भाग २

गुकारश्चान्धकारो हि रुकारस्तेज उच्यते |
अज्ञानग्रासकं ब्रह्म गुरुरेव न संशयः ||

'गु' शब्दाचा अर्थ अंधार (अज्ञान) आणि
'रु' शब्दाचा अर्थ प्रकाश (ज्ञान) असा होतो.
अज्ञानाचा नाश करणारा ब्रह्मासारखा प्रकाश म्हणजे गुरु.
यात शंका नाही

देव, निसर्ग, पितर हे निर्गुण निराकार परमेश्वराचे अंश आहेत. या परमेश्वराकडे जाण्याचा मार्ग वेदांत सांगितला आहे. संपूर्ण सृष्टीचे पोषण हे वेदांनुसारच होते. मनुष्य हा सृष्टीचा एक भाग आहे. त्यामुळे त्याला परमेश्वराकडे जाण्यासाठी वेदाचरण करणे महत्वाचे आहे. संतश्रेष्ठ श्री तुकाराम महाराजांनी देवालाच गुरु मानले. व इतर लोकांना सुद्धा देवालाच गुरु मानायला सांगितले. त्यामुळे देवालाच स्वप्नात जाऊन त्यांना "जय जय राम कृष्ण हरी" हा मंत्र द्यावा लागला. पण अशा तऱ्हेने लोक देवालाच गुरु मानायला लागले तर गुरुशिष्य नातेच संपुष्टात येईल. या विचाराने देवांनी बाबाजी महाराजांना त्यांच्याकडे पाठवून त्यांच्याकरवी वरील मंत्र प्रत्यक्षात दिला. त्यामुळे वारकरी संप्रदायात प्रत्येक वारकरी हा विठ्ठलालाच गुरु मानतो. व प्रत्येक वारकरी दुसऱ्या वारकऱ्याला विठ्ठल समजून एकमेकाच्या पाया पडतात. माता, पिता, आचार्य, शिक्षक व अन्य गुरु तसेच गृहस्थाश्रमातील व्यवसाय व इतर कर्मे यातून कोणत्याही व्यक्तीला गुरु करायला वेळ मिळत नाही व तशी आवश्यकता हि नसते. आपल्या कुलदेवतेची उपासना आपल्या सर्व समस्या व सर्व संकटे दूर करते. कुलदेवतेलाच गुरु मानून तिच्या मंत्राचा जप करावा. यथावकाश त्याला योग्य गुरु

मिळतो, किंवा कोणत्या देवतेचा मंत्र घ्यावा याची प्रेरणा होते. ज्यावेळी अशी प्रेरणा होते त्यावेळी त्या देवतेच्या ठिकाणी जाऊन त्या देवतेसमोर नारळ व दक्षिणा ठेवावी. व तशीच आपली माळ ठेवावी. नंतर माळ हातात धरून, "मी तुला गुरु मानत आहे व मी अमुक अमुक मंत्राचा उपदेश तुइयाकडून घेत आहे" असे म्हणून त्या देवतेला साष्टांग नमस्कार घालावा. त्या दिवसापासून ती देवता तुमची गुरु होते. पण गुरुमंत्र हा कुलदेवतेला पूरक असावा. कोणत्याही परिस्थितीत कुलदेवतेचा अपमान होता कामा नये.

अनेक प्रसिद्ध देवस्थानात त्या गुरुमहाराजांच्या किंवा देवाच्या वतीने पुजारी मंत्र देतो. व आपल्याला त्या महाराजांनी मंत्र दिला असे समजण्यात येते. मंत्र कोणताही असो, आपल्या कुलदेवतेची उपासना कधीही सोडू नये.

गुरु करतांना गुरु करण्याची व गुरु ओळखण्याची पात्रता आपल्या अंगी यावी लागते. अन्यथा अयोग्य गुरु आपल्या जीवनात येतो, व आपली प्रगती होण्याऐवजी अधोगती होते. अश्या वेळी गुरु सोडून देणेच योग्य ठरते. अश्या भानगडी करण्यापेक्षा गुरु करण्याचा नाद सोडून देणे योग्य ठरते. त्यापेक्षा धर्माचार्य, शंकराचार्य, नावारूपाला आलेले संत महंत, यांचे मार्गदर्शन किंवा उपदेश ह्याचा आपल्या जीवनात खूप उपयोग होतो आणि हा उपदेशच आपल्याकरिता होईल: आत्मोद्धार!

३.

गुरु - भाग ३

गुरुः शिवो गुरुर्देवो गुरुर्बन्धुः शरीरिणाम् ।
गुरुरात्मा गुरुर्जीवो गुरोरन्यन्न विद्यते ॥

माणसासाठी गुरू हाच शिव, गुरू हाच देव, गुरू हाच बंधू, गुरू हाच आत्मा आणि गुरू हाच जीव आहे. (खरंतर) गुरुशिवाय दुसरे असे काहीच नाही.

गुरु माउली: प्रथम

माणसाच्या जीवनांत गुरु "करणे" सोपे आहे, पण गुरु "लाभणे" फार कठीण आहे. त्यातही गुरु व सद्गुरू लाभणे खूप कठीण आहे. पूर्व सुकृताशिवाय हे शक्य नाही.

माझी प्रथम गुरु माउली म्हणजे साक्षात श्री नृसिंह सरस्वती स्वामी महाराज.

अनेक कुयोग घेऊन माझा जन्म झाला. ग्रहण योग, पिशाच्च योग, वास्तुदोष योग, व्यभिचार योग, मातृस्थानी शनिमहाराज, विकार योग, हितशत्रू योग, विकलांग योग अशा अनेक कुयोगावर माझे अवतरण झाले. या सर्व गोष्टींमुळे माझे अनेक प्रकारे हाल झाले. माझी चेष्टा व निंदा करणे, नावे ठेवणे, अर्थाचा अनर्थ करणे, स्वार्थापुरते विचारणे, अपमान करणे, शिव्या शाप देणे असे अनेक प्रकार माझ्या जीवनात झाले. पण या सर्व भानगडीत माझे शिक्षण झाले, नोकरी लागली तीही बँकेत, घर झाले, सर्व जबाबदाऱ्या पार पडल्या. पण आज जीवनाच्या अंतिम टप्प्यात मला कळले कि माझ्या जीवनात प्रत्येक वळणावर मला कोणतीतरी अज्ञात शक्ती साथ देत होती व साथ देत आहे. शिक्षण, बहिणींची लग्न, स्वतःचे घर यात त्या शक्तीचेच नियोजन

होते. हि शक्ती जर माझ्या पाठीशी नसती. तर मी काहीही करू शकलो नसतो. आणि ती शक्ती म्हणजेच माझी सद्गुरुमाऊली श्री नृसिंह सरस्वती स्वामी महाराज.

पूर्वसुकृतानुसार लहानपणापासूनच मला श्री गुरु दत्तात्रेयांचे वेड होते. घरीसुद्धा श्री गुरुचरित्र वाचन, श्री टेम्भे स्वामी महाराजांची करुणात्रिपदी म्हणणे, दत्तजयंती, टेम्भे स्वामी महाराजांची पुण्यतिथी, रुद्राभिषेक असे कार्यक्रम असायचे. शिक्षण संपल्यावर मी गुरुचरित्र वाचन सुरु केले. महादेव हे कुलदैवत असल्यामुळे श्री गुरुचरित्राचे मला चांगले अनुभव यायचे. श्री शंकराचे व श्री महाराजांचे अनेक अनुभव माझ्या पाठीशी आहेत. हि माझी गुरुमाऊली मला कधीही दिसली नाही. पण ती मला सतत पाहत होती. तिचे पूर्ण लक्ष माझ्याकडे होते. थोडे स्मरण केले कि ती माझ्याकरिता धावून येत होती. प्रारब्धानुसार कर्मभोग सुद्धा भोगून घेत होती. थोडेजरी भरकटलो तरी शिक्षा करायला चुकत नव्हती. हि गुरुमाऊली माझ्याशी कधीही बोलली नाही. पण ती सतत मला सांगत होती, मार्गदर्शन करत होती. गाणगापूरला असताना एक दिवस गुरुमाऊलीच्या प्रेरणेने सकाळी निर्गुण पादुकांजवळ बसलो. पादुकांसमोर नारळ व दक्षिणाठेवली, जपमाळ पादुकांना स्पर्श करून घेतली. व आजपासून तूच माझी गुरुमाऊली म्हणून नमस्कार केला. *"दिगंबरा दिगंबरा श्रीपाद वल्लभ दिगंबरा"* हाच माझा मंत्र म्हणून पादुकांसमोर नतमस्तक झालो.

एक दिवस कारंज्याला ब्राह्मणांचा आशीर्वाद घेताना, ब्राह्मणांनी एक ऐवजी दोन नारळाचे फळ माझ्या पदरात टाकले. ती दोन फळे म्हणजेच माझे दोन नातू होत. या कलियुगात ब्राह्मण आचारहीन व कर्महीन झालेत. परिणामस्वरूप जातिभ्रष्ट झालेत. त्यामुळे ब्राह्मण नष्ट व्हायला सुरवात झाली. परंतु त्या अवधूताचा हा अविष्कार माझ्या घराचे गोकुळ करून ब्राह्मण धर्माला नवीन संजीवनी देईल अशी मला आशा आहे. आणि हीच संजीवनी माझ्या करिता होईल - आत्मोद्धार

४.

गुरु भाग ४:

गुरुप्रादतः स्वात्मन्यात्मारामनिरिक्षणात् |
समता मुक्तिमर्गेण स्वात्मज्ञानं प्रवर्तते ||

श्रीगुरुदेवांच्या कृपेने शिष्य आत्मज्ञानाची प्राप्ती करून समता आणि मुक्तीच्या मार्गाने आत्मज्ञान प्राप्त करून घेतो.

गुरु माऊली: द्वितीय

माणसाच्या जीवनात सद्गुरू लाभणे व त्यांचा उपदेश प्राप्त होणे हे ईश्वर कृपेशिवाय शक्य नाही.

माझी द्वितीय गुरुमाऊली म्हणजे जगद्गुरू शंकराचार्य श्री कल्याणसेवक महाराज संकेश्वर पीठ, कर्नाटक. सन १९६९-७० साली मी बी. कॉम होऊन नोकरीच्या शोधात होतो. त्यावेळी मी मोर्शीला (जिल्हा अमरावती) राहत होतो. व नोकरी मिळण्याकरिता श्री गुरुचरित्राचे पारायण करीत होतो. माझे सात सप्ताह झाले. त्याच वेळेस श्री शंकराचार्यांचा विदर्भ दौरा सुरु होता. त्यावेळी ते एका मारवाडी व्यक्तीकडे उतरले. आम्ही ब्राह्मण मंडळी त्यांच्या दर्शनाकरिता गेलो. तेव्हा आमचे उपाध्ये श्री अण्णा जोशी त्यांच्या दर्शनाकरिता गेले असता श्री शंकराचार्यांनी आपले मनोगत व्यक्त केले. ते म्हणाले कि मला इथे करमत नाही. मला जनमानसात मिसळायचे आहे. तुमच्याकडे माझी व्यवस्था करा. मला राहायला झोपडीही चालेल, जेवायला सुद्धा पिठलं-भाकरी चालेल. संन्याशाच्या नियमाप्रमाणे तीन दिवसाच्या वर मी इथे राहू शकत नाही. तेव्हा मी शेजारच्या गावी जाऊन परत येतो. त्याप्रमाणे ते ''नेरपिंगळाई'' देवीच्या जवळच्या गावाला गेले. त्यांना परत आणण्याचे काम माझ्यावर सोपवण्यात आले. दुसऱ्या दिवशी मी पहाटे, श्री पिंगळाई देवी असलेल्या गोराळा गावात गेलो. त्यावेळी महाराज खेड्यातील मंडळींसोबत भजनाच्या कार्यक्रमात बसलेले होते. मी

त्यांच्या बरोबर असलेल्या लोकांना 'मी महाराजांना घेऊन जायला आलो' म्हणून सांगितले. व महाराजांना नमस्कार करून त्यांना चालण्याची विनंती केली. आम्ही लगेच त्यांच्या ताफ्यासहित मोर्शीला परत आलो. त्यानंतर मी दोन दिवस महाराजांबरोबर होतो. जशी जमेल तशी त्यांची सेवा केली. तसेच त्यांना अनेक प्रश्न पण विचारत होतो. मोर्शीवरून निघण्यापूर्वी महाराजांनी मला प्रसाद दिला. व "श्री गुरुचरित्राचा चौदावा अध्याय दररोज म्हणत जा" असा उपदेश केला. नंतर हा चौदावा अध्याय मी पाठ केला व त्याची अनेक पारायणे पण केली. आजही मी हा अध्याय दररोज म्हणत असतो.

श्री गुरुचरित्राचा चौदावा अध्याय हा गुरुचरित्राचा मेरुमणी आहे. कांचीकोटी पिठाचे शंकराचार्य ज्यावेळी तुरुंगात होते, त्यावेळी त्यांनी सर्व शिष्यांना चौदाव्या अध्यायाचे पारायणे करायला सांगितली होती. श्री गुरुचरित्राचे सप्ताह, चौदावा अध्याय, व श्री दत्तमंत्र हे माझ्या जीवनातील अविभाज्य घटक झालेत. चौदाव्या अध्यायातील काही ओव्या या मनाला भिडणाऱ्या आहेत. त्या अशा:

माझे वंशपारंपरीं। भक्ति द्यावी निर्धारीं।
इह सौख्य पुत्रपौत्रीं। उपरी द्यावी सद्गति ॥१२॥

या ओवीत श्री सायंदेवानी संपूर्ण जीवन प्रभुचरणी अर्पून सर्व काही मागून घेतले.

भक्तवत्सल तुझी ख्याति। आम्हां सोडणें काय निति।
सर्वें येऊं निश्चितीं। म्हणोनि चरणीं लागला ॥४०॥

असे म्हणून सायंदेवानी प्रभूचे चरण न सोडण्याचा निर्धारच केला. हाच निर्धार सर्वांकरिता आवश्यक आहे. शेवटी श्रीगुरुंना आशीर्वाद द्यावाच लागला.

न करा चिंता असाल सुखें। सकळ अरिष्टें गेली दुःखें।
म्हणोनि हस्त ठेविती मस्तकें। भाक देती तये वेळीं ॥४४॥

असे म्हणून सद्गुरू नेहमीच भक्तांच्या पाठीशी असतात. या चौदाव्या अध्यायाच्या उपदेशाने माझ्या जीवनाचा मार्ग सुसह्य झाला. अनेक समस्यांवर व संकटांवर मार्ग मिळाले. अनेक अडचणींवर मात करून, जीवनाच्या या अंतिम टप्प्यावर मी शांतीपूर्ण व समाधानी जीवन जगत आहे. आज पैसे व प्रसिद्धीचा हाव नसलेले गुरु लाभणे हे पूर्व सुकृताशिवाय शक्य नाही. तसेच या उपदेशाने प्रभू चरणी जाण्याचाही मार्ग सुसह्य झाला. श्री शंकराचार्यांचा हा उपदेश माझ्याकरिता ठरला - आत्मोद्धार!

५.

गुरु - भाग ५

ध्यानमूलं गुरुमूर्तिः पूजामूलं गुरुपदम् ।
मन्त्रमूलं गुरुवाक्यं, मोक्षमूलं गुरुकृपा ॥

ध्यानाचे मूळ हे गुरूचे रूप आहे, उपासनेचे मूळ हे गुरूचे चरण आहे, मंत्राचे मूळ हे गुरूचे वचन आहे आणि मुक्तीचे मूळ हे गुरूची कृपा आहे

शिष्य

गुरु शिष्य हे एक पवित्र नाते असते. शिष्याची कर्म बंधनातून सुटका किंवा कर्मदोष निवारण करण्याकरता योग्य मार्गदर्शन करणे हे गुरूचे मुख्य दायित्व असते व हळूहळू शिष्य आपल्या कर्मदोषातून मुक्त होतो. पण शिष्याला कर्मदोष किंवा कर्मबंधन याविषयी कोणतीही जाणीव नसते. व त्याला त्याचे काहीही देणेघेणे नसते.

आज शिष्याची परिस्थिती चोरासारखी झालेली आहे. चोराला घराची एखादी खिडकी उघडी दिसली की तो पटकन आत शिरतो. त्याप्रमाणे कोणताही महाराज दिसला किंवा चार लोक त्याच्या पाया पडले की यांनी त्याला गुरु केलेच म्हणून समजा. *'मी गुरु का बरे करतो. मला गुरूची खरोखरीच आवश्यकता आहे का? गुरु करण्याला ही व्यक्ती योग्य आहे का? गुरु शिष्य नात्याची कोणती बंधने असतात?'* याच्याशी त्याचे काहीही देणे घेणे नसते.

एकदा बँकेत पैसे काढण्याकरता एक गृहस्थ आले. त्यांच्याबरोबर त्यांचा मित्र पण होता. ते गृहस्थ मित्राला सांगत होते - "आता मी आकोटला जाणार, नरसिंग महाराजांच्या गळ्यात हार टाकणार आणि त्यांच्या पायावर डोके ठेवणार." ते दोघेही बँकेतून गेल्यावर मी चपराशाला विचारले हे गृहस्थ काय म्हणत होते? तर त्यांनी सांगितले या गृहस्थांनी आपल्या मुलाबाळांना व पत्नीला खूप त्रास दिला व आता त्याला कोणीही विचारत नाही व आता त्याला सगळ्यांचा त्रास होतो. हा त्रास कमी होण्याकरता नरसिंग महाराजाकडे त्याला जायचे होते. म्हणजे काय तर आपल्या चुकावर पांघरून घालून आपले

जगणे सुखकर व्हावे म्हणून गुरु महाराजांना शरण जायचे. पण त्याला हे माहीत नाही की पापाचरण आले की त्याचे कर्म भोग भोगणे आलेच. त्यावर गुरूच काय ईश्वर देखील काही करू शकत नाही. या कलियुगात राहू केतू दोषामुळे प्रत्येक व्यक्ती समस्या व संकटे यांनी भरकटलेला असतो. चुकीच्या व्यक्तीकडे जाऊन पुन्हा संकटात जाऊन फसतो. कधी कधी चुकीच्या वागण्यामुळे संपूर्ण कुटुंबच नामशेष होण्याचा धोका असतो. आज प्रत्येक व्यक्तीचे कर्म दोष एवढे वाढले आहेत की संपूर्ण जीवन त्यांनी ईश्वरी उपासनेत घालवलेत तरी कमी पडतील. परंतु ईश्वरी उपासनेने त्याची पुढील पिढी चांगली होऊन योग्य मार्गाने जाईल. तेव्हा गुरु मिळालाच पाहिजे हा अट्टाहास सोडून देऊन आपल्या कुलदेवतेची उपासना पीतरांची व पंचमहाभूतांची उपासना आपल्या करता होईल आत्मोद्धार.

गुरु मंत्र

एकदा मी अलिबाग वरून पुण्याकडे जात होतो. माझा मुलगा कार चालवत होता. व मी बाजूलाच बसलो होतो. बाहेर पाहत असताना माझे लक्ष एका झाडाला बांधलेल्या होर्डिंग कडे गेले. नेहमीप्रमाणेच अमुक अमुक महाराजांचे भागवतावर प्रवचन व इतर माहिती त्यावर होती. त्यावर मी विशेष लक्ष दिले नाही. पण विशेष म्हणजे दहा-बारा झाडा नंतर लगेच दुसरे होर्डिंग दिसले. व नंतर असे बरेच होर्डिंग दिसले. त्यामुळे सहजपणे मी ते होर्डिंग पूर्णपणे वाचले. त्यावर प्रवचनाची पूर्ण माहिती होती. वेळ ठिकाण वगैरे वगैरे. पण त्यात एक ओळ मला खटकली. ती ओळ म्हणजे मंत्र देण्याची वेळ सकाळी नऊ ते दहा.

म्हणजे हे महाराज प्रवचनकार असून गुरुचा सुद्धा "व्यवसाय" करत होते. म्हणजे कोणीही यावं व गुरु व्हावं. शेगावची किंवा कुठल्याही तीर्थक्षेत्राची पायी वारी केली झाले गुरु! नर्मदा प्रदक्षिणा केली झाले गुरु! असे अनेक गुरु महाराज या कलियुगात तयार होत आहेत. 'गुरु मंत्र देतात व शिष्य मंत्र घेतात' त्यात ना ईश्वर भक्तीची ओढ ना ईश्वराच्या अस्तित्वाची जाणीव! त्यात पैसा हे साधन असते. व प्रसिद्धी ही साध्य असते. मंत्राच्या आध्यात्मिक शक्तीची दोघांनाही जाणीव नसते. काही दिवसांनी आमच्याकडे मोबाईल वर मंत्र

देण्यात येईल किंवा आमच्याकडे ऑनलाइन मंत्र देण्यात येतील अशा सुद्धा जाहिराती उपलब्ध होतील, एव्हाना झालाही असेल. असा गुरु मंत्राचा बाजार थांबावा हीच प्रभू चरणी प्रार्थना. आता तुम्हीच ठरवा की असा बाजारातून आणलेल्या मंत्राने तुमचा होईल का: आत्मोद्धार?

"ध्यानमूलं गुरुमूर्तिः..." श्री गुरुचरित्रातील अध्याय ४९ - गुरुगीतेतील हा ७६ वा श्लोक. श्री गुरुचरित्र वाचणाऱ्या अनेक लोकांना हा गुरुगीतेचा अध्याय पाठ आहे. भगवान शंकरानी माता पार्वतीला ही गुरुगीता सांगितली. यात शिष्याच्या जीवनात गुरुचे स्थान किती महत्त्वपूर्ण असते याचे सविस्तर विवेचन केले आहे. गुरु म्हणजे आध्यात्मिक क्षेत्रातील अधिकारी पुरुष असतो. ज्ञान आणि वैराग्य त्यांच्याकडे ओथंबून वाहत असते. याच ज्ञान आणि वैराग्याच्या झऱ्याचं पाणी पिऊन शिष्य तृप्त होतो व आपल्या जीवनाचा मार्ग सोपा करतो. ज्ञान म्हणजे आनंद, सुख, शांती, समाधान आणि वैराग्य म्हणजेच काम, क्रोध, वासना व इतर षडरिपुंवर नियंत्रण व यालाच म्हणतात मोक्ष. हा मोक्षाचा मार्ग मिळविण्याकरता अनेक वर्षांची किंवा अनेक जन्माची साधना आवश्यक असते. या साधनेसाठी देह झीजवावा लागतो. ही एक तपस्या असते. ही तपस्याच शेवटी ईश्वरापाशी घेऊन जाते. या तपस्यात आपला मार्गदर्शक गुरु असतो. हा गुरु तुम्हाला ईश्वरी मार्गावरच मिळतो. म्हणजेच ईश्वरच तुमच्याकडे गुरु पाठवतो. म्हणून ज्या ठिकाणी ईश्वरी अनुसंधान आहे. ईश्वरी भक्ती आहे. व ईश्वरी कर्म नेहमी होत राहते. त्याच ठिकाणी ईश्वर गुरुला पाठवतो. पुढे हाच गुरु या कर्माला योग्य दिशा देऊन शिष्याला ज्ञान प्राप्त करून देतो. हेच कर्म त्याला वैराग्याकडे घेऊन जाते. वैराग्य म्हणजे अंगाला भस्म लावून पळून जाणे नाही. तर षडरिपूपासून दूर राहून समस्या व संकटावर मात करणे. संसारातील प्रत्येक व्यक्ती प्रति असलेल्या जबाबदारीची जाणीव ठेवणे. म्हणजेच काय तर भक्तीरुपी कर्मच आपल्याला ज्ञान व वैराग्याचा मार्ग दाखवते. योग्य कर्माचा मार्ग आपल्याला गुरुच दाखवतो. त्याकरता प्रपंच सोडण्याची काहीही आवश्यकता नसते. प्रपंचात

राहूनच आपल्याला या गोष्टी चांगल्या साध्य करता येतात. हिंदू धर्मातील व्रतवैकल्ये, उपासना, उपवास, दानधर्म ही सर्व आपल्याला मोक्षाकडे घेऊन जाणारी साधने आहेत. कुलदेवतांची पूजा, अभिषेक, पीतरांचे श्राद्धपक्ष, गरजू व्यक्तीला दानधर्म, पशु पक्षांना चारा, अन्नदान ही सर्व मोक्षाचीच साधने आहेत. अशा कर्माच्या साधनेमुळेच तुम्हाला तुमचा गुरु ओळखता येईल. ज्याचे जसे कर्म त्याला तसा गुरु प्राप्त होतो. तांत्रिक-मांत्रिकही गुरु असतात. चांगल्या कर्माचा गुरु तुम्हाला मोक्षाचा मार्ग दाखवेल. वाईट कर्माचा गुरु तुम्हाला अधोगतीला घेऊन जाईल. प्रपंचातील प्रत्येक व्यक्ती ईश्वर स्वरूप असते. त्यांच्याप्रती असलेल्या जबाबदारीची जाणीव ठेवून कर्म करणे म्हणजेच ईश्वरी सेवा आहे. आपले चांगले कर्मच आपल्याला योग्य गुरु मिळवून देईल. यालाच म्हणता येईल: आत्मोद्धार!

गुरुचरित्र - अध्याय ४९ - पंधरावी ओवी म्हणते:

गुरुमूर्तेः सदा ध्यानं, गुरुमंत्रं सदा जपेत्

यातील प्रत्येक शब्दाला अर्थ आहे तो असा

१. गुरु -

गु ह्मणजे गुण - गुणातीत.

गुरु हा दुर्गुण विरहित असून तो नेहमी करिता गुणवानच असला पाहिजे. तो सद्गुणी असून त्याची वृत्ती क्षमाशील असावी. सर्व समाजाला त्याच्याविषयी आदर असावा. षडरिपू व वासना यापासून तो दूर असावा. पैसा व प्रसिद्धी याचा कोणताही हव्यास नसावा. गरीब-श्रीमंत, हा जवळचा हा दूरचा, असा कोणताही दुराग्रह त्याच्या ठिकाणी नको. म्हणूनच गुरुला आपण गुरुमाऊली म्हणतो.

रू - म्हणजे रूप.

चेहऱ्यावर नेहमी आनंद व समाधान असले पाहिजे. काम, क्रोध, अहंकार, वासना त्यांच्यापासून दूर पाहिजेत. समाजाप्रती व शिष्यप्रती नेहमीच कल्याणकारी शब्दच तोंडातून बाहेर पडले पाहिजेत. वाईट शब्द तोंडातून बाहेर पडायला नको. *"मंत्रमूलम् गुरुर्वाक्यम"* गुरुच्या मुखातून निघालेला प्रत्येक शब्द हा मंत्राप्रमाणे महत्त्वपूर्ण वाटला पाहिजे. मुखावर नेहमी सात्विकतेचे तेज दिसले पाहिजे.

२. **मंत्र** - मंत्र - मन आणि त्र म्हणजे प्राण

मंत्र म्हणजे मन व प्राण एकवटून म्हटला पाहिजे. एकाग्र चित्त होऊन मंत्राचा जप करायचा असतो. नाहीतर मन एकीकडे व जप दुसरीकडे.

३. **सदा** - मंत्र जप सतत (सदा) केला पाहिजे. जपाला कोणतेही बंधन नाही. जळी, स्थळी, काष्टी, पाषाणी असा जप कुठेही केव्हाही करता येतो.

४. **जपेत** - जप म्हणजे जन्म पाप दूरी. मंत्राचा जप करणे म्हणजे जन्मोजन्मीचे पाप नष्ट करणे. याचा अर्थ असा की गुरुच्या मंत्राचा जप सतत करीत राहिल्यास अनेक जन्माचे पातक नष्ट होतात. व मोक्षाकडे किंवा चांगल्या जन्माकडे त्याची वाटचाल सुरू होते.

गुरुचरित्राप्रमाणे *(अध्याय ३७)* स्त्रियांना मंत्र देता येत नाही किंवा मंत्र घेताही येत नाही.

स्त्रियांसी मंत्र पतिभक्ति । जपूं नये मंत्रयुक्ति ।
सांगतां दोष आम्हां घडती । मंत्रसत्व जाईल ॥ ६९ ॥

याचा अर्थ असा की स्त्री ही गुरु ही होऊ शकत नाही किंवा शिष्यही होऊ शकत नाही. स्त्रियांनी आपल्या घरी येणाऱ्या गुरुजींना किंवा पतीला विचारून व्रतवैकल्य करावीत. व्रत-वैकल्ये करणारी स्त्री ही संपूर्ण घराचे कल्याण करते. व्रत वैकल्य व संकल्प ही पुढील

जन्माची शिदोरी असते. प्रत्येक स्त्री-पुरुषांनी अशी व्रतवैकल्य अवश्य करावी.

ब्राह्मण, क्षत्रिय, वैश्य या सर्वांनासंध्या करण्याचा अधिकार आहे. म्हणजेच त्यांना गायत्री मंत्राची दीक्षा मिळालेली असते. तेव्हा त्यांनी संध्या, नित्यपूजा व आपल्या कुलाचाराप्रमाणे व्रत वैकल्य एवढे जरी केले तरी त्यांचे आयुष्य योग्य तऱ्हेने जाऊ शकते. त्याचप्रमाणे आपण दूर्वा, तुळस, बेल हे सर्व वाहताना त्या त्या देवाचा जप करतोच. मग मोक्षा करता गुरु कशाला पाहिजे. फक्त आपण एका देवाजवळ स्थिर राहणे आवश्यक आहे. ती दैवी शक्ती ही आपली कुलदेवता असावी किंवा कुलदेवतेच्या अनुरूप असावी. म्हणजे कोणत्याही परिस्थितीत कुलदेवता आपल्यापासून दूर व्हायला नको. तसेच आपल्या जीवनात संत सहवास सुद्धा असायला पाहिजे. वेळोवेळी त्यांचे मार्गदर्शन घेणे सुद्धा आवश्यक असते याचा अर्थ त्यांचा मंत्रच घेतला पाहिजे असे नाही.

काही गुरूंना उच्च कोटीची गुरुपरंपरा लाभलेली असते. अशा गुरूंचे शिष्य जर योग्य नसले तर ही गुरुपरंपरा खंडित होते. त्या गुरु परंपरेला तडा जातो. तेव्हा मंत्र सुद्धा शिष्याची तपस्या व मेहनत पाहूनच दिला पाहिजे.

काही तांत्रिक मांत्रिक गुरु आपले वेगळेच मंत्र तयार करतात. ते समजायला कठीण व खूप मोठे असतात. ते कोणत्या देवाचे आहेत हे पण कळत नाही. तांत्रिक मांत्रिक वशीकरण वाले यांच्या जाळ्यात आपण फसलो तर त्यातून बाहेर निघणे कठीण असते.

गुरु मंत्राचा जप म्हणजेच जागरगरण. ह्या नामस्मरणाविषयी किंवा नामा विषयी श्री ब्रह्मचैतन्य गोंदवलेकर महाराज ह्यांनी खूप लिहून ठेवलेले आहे. त्यांच्या प्रवचनाचे पुस्तक प्रत्येकाने अवश्य वाचले पाहिजे. त्या नामाविषयी मी काहीही लिहू शकत नाही. तरीपण महाराजांची क्षमा मागून माझे वडील एक संत कबीराचा दोहा म्हणायचे. तो मी इथे देत आहो तो असा

राम नाम सब कोई कहे, ठक ठाकूर और चोर,
ध्रुव प्रल्हाद तर गये, वो नाम कुछ और.

महाभारत युद्धानंतर पांडवांनी श्रीकृष्णाला विचारले की कलियुग येणार आहे म्हणजे काय होणार आहे. तेव्हा श्रीकृष्णांनी चार दिशेला चार पांडवांना पाठविले व सांगितले की तुम्हाला काही विचित्र घटना दिसली तर परत येऊन सांगावे. तेव्हा सहदेव एका दिशेला गेला. जंगलात फिरता फिरता त्याला दिसले की एक विशाल शिळा घरंगळत पहाडावरून खाली येत आहे. तिच्यामुळे मोठमोठे वृक्ष कोसळत आहेत. पण ती शिळा एका छोट्याशा हिरव्या झुडूपाजवळ थांबून गेली. सहदेवाला हे विचित्र वाटले व त्यानी येऊन श्रीकृष्णाला सांगितले. तेव्हा श्रीकृष्णानी सांगितले की ती विशाल शिळा म्हणजे संकट. आणि त्या शीळेला रोखणारे झाडे म्हणजेच यज्ञ याग. गवताचे झुडूप म्हणजे नामस्मरण. म्हणजेच यज्ञ याग सुद्धा तुमचे संकटापासून रक्षण करणार नाही तर भक्ती रुपी नामस्मरण तुमचे रक्षण करील. पण त्यात फक्त भक्तीचा ओलावा पाहिजे. कुलदेवतेची सेवा व कुलदेवतेचा मंत्रच आपल्याकरता होईल - आत्मोद्धार!

६.

काही गुरु नमुने

एक:

एकदा माझ्याकडे टेलिफोन दुरुस्त करण्याकरता नेहमीचे लाईनमन आले. त्यांनी माझ्या हातात एक पाम्प्लेट ठेवले. त्यावर एका महाराजांचा फोटो होता. त्यांच्या डोक्याच्या मागे सूर्याचे तेज चमकत होते. मी त्यांना विचारले हे काय आहे. त्यांनी सांगितलं हे महाराज आपली कुंडलिनी जागृत करून देतात. मी त्यांच्याकडे पाहतच राहलो. नंतर मी कोणताही प्रतिसाद न देता तो कागद ठेवून दिला. दुसऱ्या दिवशी सकाळी फिरायला जाताना या महाराजांची प्रभात फेरी निघालेली दिसली. एका पालखीत महाराजांचा फोटो व चार-पाच लोक होते. दोन-तीन दिवसातच या महाराजांनी पलायन केले. मला प्रश्न पडला की अशी कोणीही कोणाचीही कुंडलिनी जागृत करू शकतो का? ज्याची कुंडलिनी जागृत झालेली आहे तो असा कुंडलिनीचा खेळ करतो का? ज्याची कुंडलिनी जागृत झालेली आहे तो असा कुंडलिनी जागृत करण्याचा बाजार मांडेल का?

दोन:

पुण्यात असताना एकदा आमच्या सोसायटीत एका शीख महाराजांचे शिष्य आले. गुरु म्हणजे काय यावर त्यांचे प्रवचन होते. गुरु म्हणजे काय याबद्दल त्यांनी काहीही सांगितले नाही. पण त्यांचे गुरु कसे आहेत. हे त्यांनी सांगितले. त्यांचे गुरु लंडनला राहतात. मधून मधून ते येतात. शिष्यमंडळीशी भेटतात व व्यवस्थित माया जमली की ते परत लंडनला जातात. जवळची माया संपली की ते परत शिष्यांना भेटायला भारतात येतात. नंतर त्यांनी महाराजांची महत्त्वाची गोष्ट सांगितली ती म्हणजे आपल्या शरीरात नऊ द्वार असतात. तोंड नाक कान वगैरे व दहावे दार मस्तकावर दोन भुवयांमध्ये असते. आमच्या गुरूंनी डोक्यावर हात ठेवला की हे दहावे दार उघडते. हे दहावे दार

उघडल्यावर काय होते. हे काही त्यांनी सांगितलं नाही. माझ्या मते हे दहावे दार उघडले नाही तरी चालते पण नऊ दार शाबूत ठेवून एकही दार बिघडू देऊ नको अशी प्रार्थना देवाला करावी कारण या नऊ द्वारा पैकी एक जरी बिघडले तरी माणसाचे हाल होतात.

तीन:

एक महाराज महिन्यातून एक दोन वेळा नागपूरला येतात. दोन-तीन दिवस त्यांचा मुक्काम असतो. दिवसभर ते शिष्यांना दर्शन देतात. रात्र झाली की पंचतारांकित हॉटेलमध्ये राहायला जातात. तिथे ते राधे राधे करतात. इकडे सहभागगृहात शिष्य गण महाराजांच्या नामस्मरणात डोलत राहतात. हे महाराज संन्यासी आहेत पण आपल्या मुलाला त्यांनी आपला उत्तराधिकारी सुद्धा नेमला. पुढे मुलगाही संन्यासी होईल व त्याच्या मुलाला तो उत्तराधिकारी नियुक्त करेल. दोन-तीन दिवसात हे बरीच माया जमवतात. यांचे शिष्यगण बरेच आहेत. तेव्हा कारभार पाहायला ग्राम अधिकारी तालुका अधिकारी जिल्हा अधिकारी असे यांचे प्रशासन आहे.

चार:

आसाराम बापू व त्यांचा मुलगा सध्या जेलमध्ये आहे. त्यांची दहा हजार कोटीची माया त्यांची मुलगी सांभाळते. ती पण महाराज आहे. असे म्हणतात की महाराजांचे शिष्य अजूनही त्यांच्या कैदेत आहेत. त्यांना कुठेही जाण्याची मुभा नाही.

पाच:

एका गृहस्थाचे गुरु महाराज त्यांच्या घरी आले. गुरु महाराजांचा हात एका शिष्याने धरला होता व ते थापा टाकत होते. त्यांच्या डोक्याला लागले होते व थोडे हाताला खरचटले होते. त्यांना विचारले काय झाले तेव्हा त्यांच्या शिष्याने सांगितले की ते दोघे आकाश मार्गाने आले. त्यामुळे त्यांना थाप लागली. डोक्याला लागले किंवा खरचटले त्याबद्दल काहीही सांगितले नाही.

सहा:

एका गुरु महाराजांच्या अंगात दुपारी बारा वाजता दत्तगुरु येत असत. त्यांच्या अंगात दत्तगुरु आले की त्यांचे तोंड वाकडेतिकडे होत असे. त्या अवस्थेत त्यांना जेवू घालत असे. जेवताना त्यांच्या तोंडातून अन्न बाहेर पडत असे. हा महाराजांचा प्रसाद सर्वजण ग्रहण करीत असत.

अशा अनेक तऱ्हेचे गुरु महाराज या कलियुगात निर्माण होत आहेत. कोणी कुंडलिनी जागृत करतात तर कोणी दहावे दार उघडून देतात. अशा गुरु महाराजांच्या मागे लागून अनेक घरं अधोगतीला गेले. तेव्हा गुरु महाराजांच्या मागे लागण्यापेक्षा ईश्वराची सेवा करा. आपल्या घरात ईश्वराचे जागृत अस्तित्व निर्माण करा. त्यातच सर्वांचे हित आहे. आणि यालाच म्हणता येईल: आत्मोद्धार!

कृतिशील गुरु

समाजात आपल्याला अशा अनेक व्यक्ती भेटतात की ज्या निरक्षर असून देखील आपल्याला गुरुसारखे ज्ञान शिकवून जातात व आपल्या कृतीतून गुरु स्वरूप होऊन जातात. यातलेच माझे काही अनुभव:

एक:

दर्यापूर आकोट रोडवर वडनेर-गंगाई (जिल्हा अमरावती) नावाचे गाव आहे. तिथे मी नोकरीनिमित्त चार-पाच वर्षे होतो. तिथे मी एकटा खोली करून असल्यामुळे एक म्हातारे गृहस्थ माझ्यासाठी स्वयंपाक करायचे. व आम्ही दोघेही जेवण करायचे. असेच एक दिवस सकाळी मी त्यांना म्हटले कालचे पुष्कळ अन्न शिल्लक आहे. खाली गाईला नेऊन टाका. त्यावर त्यांनी म्हटले 'गाईला नाही माझ्या गल्लीत कुत्रे आहेत त्यांना टाकतो'. मी त्यांना म्हटले चांगली गाय असताना कुत्र्याला कशाला टाकता. त्यावर त्यांनी सांगितले गाय चारा खाते पण कुत्रे चारा खात नाही. ते आपल्या अन्नावर जगते. आपल्या अन्नावर त्यांचा प्रथम हक्क असतो. गाईला फक्त नैवेद्य घ्यायचा असतो. आपण जेव्हा पीठ भिजवतो. तेव्हा पहिली पोळी देवाची. दुसरी गायीची व शेवटी जी काही कणिक राहते त्याची पोळी करून ती कुत्र्याला टाकतात. कुत्र्याला कधीही हाकलू नये. त्याला पोळीचा एखादा तुकडा तरी घ्यावा. तेव्हा पासून मी घरात काहीही उरलेले असेल किंवा कोणी खात नसेल ती वस्तू कुत्र्याला टाकतो. एका निरक्षर व्यक्तीने किती मोलाचा गुरु उपदेश दिला.

दोन:

नरसोबावाडीला गुरु मंदिरासमोर घाट आहे. तिथेच तीर्थयात्री स्नान करतात. एकदा मी घाटावर आंघोळ करीत होतो. तेव्हा एक

जख्ख म्हातारी दहा-पंधरा पायऱ्या उतरून घाटावर आली. दोनक पायऱ्या उतरून पाण्यात उभी राहिली. तिच्या हातात पोळी होती. ती तिने बारीक भुरका करून पाण्यात टाकली. पोळीचा भुरका पाण्यात पडल्याबरोबर पाण्यातील मासोळ्या येऊन तो सर्व भुरका त्यांनी फस्त केला. मी त्या म्हातारीकडे पाहातच राहिलो. 80 वर्षांची म्हातारी दहा-पंधरा पायऱ्या उतरते व चढते. पाण्यातील माशांना अन्न खाऊ घालते. कुठून आली एवढी शक्ती. हीच ती आध्यात्मिक शक्ती आजचा समाज विसरला. आपल्या कृतीने त्या म्हातारीने प्राणी मात्रा वरील भूतदया दाखवून किती मोठे ज्ञान समाजाला दिले.

आपल्या समाजात अनेक साधुसंत, पिठासीन अधिकारी पुरुष, श्री शंकराचार्य असतात त्यांचे उपदेश किंवा मार्गदर्शन आपण घेत राहिलो तर आपले जीवन सुखी व समाधानी होते. हाच आहे मोक्षाचा मार्ग म्हणजेच: आत्मोद्धार.

॥ ॐ गुरु देवाय विझहे
परमो गुरुभ्यो धीमहि
तन्नौः गुरु: प्रचोदयात् ॥

८.

काही ईश्वरी साक्षात्कार

पूर्व सुकृतानुसार मला ईश्वरी शक्तीचे अनेक अनुभव आले. श्री शिवशंकर हे आमचे कुलदैवत. श्री शंकराचे व अन्य देवी देवतांचे अनुभव या ठिकाणी देत आहोत.

एक:

१९८२ साली मी जळगाव खान्देशला क्षेत्रीय कार्यालयात होतो. त्यावेळी औरंगाबाद क्रांतीचौक शाखेत मोठा घोटाळा उघडकीस आला. त्या घोटाळ्यातील संपूर्ण माहिती गोळा करून सर्व रेकॉर्ड अद्यावत करण्याचे काम त्वरित करायचे होते. त्याकरता काही लोकांची टीम औरंगाबादला गेली. त्यात मी पण होतो. मधून मधून इतर शाखा मध्ये सुद्धा जावे लागत होते. औरंगाबाद जवळ घृष्णेश्वर ज्योतिर्लिंग आहे. शनिवार-रविवार जळगाव व इतर दिवशी औरंगाबादला काम. त्यामुळे घृष्णेश्वरला जाणे होतच नव्हते. दर्शन घेण्याची खूप इच्छा होती पण शक्यता अजिबात दिसत नव्हती. त्यावेळी बँकेची सहामाही खाते बंदी डिसेंबरला होती व क्षेत्रीय कार्यालयात सर्व शाखांचे ताळेबंद पत्रक व नफा तोटा पत्रक तपासणी सुरू होते. घृष्णेश्वर जवळ कसाबखेडा नावाचे गाव असून तेथील शाखेत नफा तोटा पत्रकात एक पैशाचा फरक मिळाला. शाखेतील कोणत्याही व्यक्तीला हा फरक काही दिसला नाही. जळगावला मी त्याच विभागात काम करीत असल्यामुळे मला फोन आला की त्वरित जाऊन फरक शोधून काढावा. व लगेच फोनवर कळवावे. मी सकाळी लवकर निघून अकरा वाजता कसाबखेडा शाखेत गेलो. अध्र्या तासातच मला फरक कुठे आहे हे दिसले व लगेच जळगावला रिपोर्ट केला. नंतर मी लगेच घृष्णेश्वरला गेलो. देवाचे दर्शन घेतले व औरंगाबादला ईस्त आलो. म्हणजे काय तर ईश्वरानीच माझ्याकरता ही लीला केली होती.

दोन:

निवृत्तीनंतर मी अमरावतीला होतो. घरीच बेलाचे झाड असल्यामुळे मी प्रदोष, शिवरात्रीला बेल वाहत होतो. महाशिवरात्रीला जागरण करून चार ही प्रहरी १०८ बेल वाहत होतो. एक वर्षी बेलाचे झाड उंच गेल्यामुळे पुरेसा बेल तोडता आला नाही. त्यामुळे रात्रीचा बेल वाहता येणार नव्हता. मी नाराज होऊन महादेवाच्या इच्छेवरसोडून दिले. शिवरात्रीला सकाळी पूजेला बसलो. त्याचवेळी दोन लहान मुले हातात कु-हाड घेऊन बेल बेल करीत आली. पत्नीने विचारले बेल तोडून देता का. ते मुले लगेच तयार झाली. त्यांनी झाडावर चढून बेल तोडून दिला. पत्नीने त्यांना दहा रुपये दिले. नंतर ते निघून गेले. ते कुठून आले व कुठे गेले हे कळले नाही. पण महादेवाच्या या लिलेनी माझे व्रत पूर्ण झाले.

तीन:

जळगावला असताना मी दरवर्षी गाणगापूरला जाऊन गुरुचरित्र सप्ताह करीत असे. त्यावेळी बहिणीचे लग्न व्हायचे होते. त्यामुळे तिलाही मी जळगावला बोलावून घेतले. आम्ही सर्व गाणगापूरला गेलो. सप्ताह व इतर सेवा केली. संध्याकाळी आम्ही संगमावर आंघोळ करून तेथील सेवा करीत असे. देवाला माझे एकच मागणेहोते की बहिणीचे लग्न होऊ दे. पण देवाच्या मनात वेगळेच होते. आम्ही संगमावरून आंघोळ करून आलो की पायऱ्या चढताना एक मांजर दररोज आम्हाला उजवीकडून डावीकडे आडवी जात असे. बरोबर सातही दिवस हा उपक्रमसुरू होता. देवाच्या मनात काय होते ते मला माहित नव्हते. पण मन नाराज झाले. व आम्ही परत आलो. लगेच काही दिवसांनी तिला अकोल्याला नोकरी लागली. महाराजांनी तिला लग्न ऐवजी नोकरी दिली. अमरावतीला स्थायीक झाल्यानंतर मी नेहमी गुरुचरित्राचे सप्ताह करीत असे. १९९३-९४ साली माझे कानाचे ऑपरेशन झाले. त्यामुळे मी सुट्टीवर होतो. सुट्टीवर असताना मी गुरुचरित्राचे सप्ताह सुरू केले. तिसरा सप्ताह संपता संपताच बहिणीचे लग्न जमले. पैशाची सोय झाली. लग्न पण झाले.

चार:

एक वर्षी गाणगापूरला सप्ताह संपल्यानंतर आठव्या दिवशी आम्ही अष्ट तीर्थ करून देवळात आलो. देवाचे दर्शन घेऊन घरी जाणार होतो. पण त्या दिवशी देवळात गर्दी असल्यामुळे काही केल्या पादुकांचे दर्शन झाले नाही. मन नाराज झाले व सहज तोंडातून शब्द आले. आज काही दर्शन देण्याची महाराजांची इच्छा नाही. महाराजांचे प्रत्येक भक्ताकडे लक्ष असते व ते शब्द महाराजांपर्यंत पोहोचले. आम्ही घरी आलो. माधुकरी व जेवण झाले. जेवण करून प्रदक्षिणा मारण्याकरता जायचे होते. पण अचानक मला शौचाला जावे लागले. आंघोळ केल्याशिवाय देवळात जायची इच्छा नव्हती. त्यामुळे पत्नीला म्हटले तू देवळात जा मी येत नाही. तशी ती निघून गेली. मी देवळात जायचे नाही म्हणून घरीच आराम करीत पडलो. इतक्यात एक मांजरीचे पिल्लू आले. आपल्या पायाचा पंजा माझ्या हातावर मारला. मी उठून बसलो मी त्या मांजरीला हाकलून दिले व परत झोपी गेलो. परत ती मांजर आली. मला पंजा मारून उठविले. मला मांजरीचा राग आला व हात पाय धुऊन देवळात गेलो. तर पत्नीने मला सांगितले की पादुका अजून बाहेरच आहेत दर्शन घ्या. मी पादुकांचे दर्शन घेतले. नंतर मी प्रदक्षिणापण मारल्या. म्हणजेच महाराजांनी एकच संदेश दिला तू कशाचा अशुद्ध? तुझ्या सकाळी चार वाजता एक व अष्ट तीर्थाच्या आठ अशा नऊ आंघोळी झालेल्या आहेत. त्यामुळेच त्यांनी मांजरीला निरोप घेऊन पाठवले व माझी सेवा रुजू करून घेतली.

पाच:

माणसाचे शरीर हे वासनामय असते. जीवनाच्या अंतिम समयी प्रत्येकानी या वासनांचा क्षय करणे आवश्यक आहे. कारण वासनेप्रमाणेच पुढील जन्म मिळतो. पण काही लोकांच्या वासना खालीच अडकून बसतात. त्या वासनांना गती मिळत नाही. आणि या वासना आपल्या जवळच्या व्यक्तीला त्रास देतात. असाच काहीसा प्रकार माझ्या जीवनात झाला. माझ्या वडिलांना भस्म्या रोग होता. त्यांना जेवण तृप्ती माहीतच नव्हती. सतत खाण्याची वासना असायची. ही वासना त्यांच्या मृत्यूनंतर देखील कायम राहिली. मृत्यूनंतरचे सर्व संस्कार मी

केल्यामुळे या वासनेच्या कचाट्यात मी सापडलो. जीव घाबरत होता. शरीर थरथर कापत होते. काहीतरी खाऊन जीव शांत करण्याचा प्रयत्न करीत होतो. त्याचवेळी दत्त जयंतीचा सप्ताह आला. सप्ताह सुरू केल्याबरोबर वासनांना जास्त जोर आला. त्यांना गती मिळण्याकरता त्या तडफडत होत्या व माझाही त्रास वाढत होता. खाऊन पिऊन कसातरी सप्ताह पूर्ण केला. तशा वासना काही अंशी शमल्या. तब्येतीचा त्रास होताच पण पुष्कळ कमी होता व वर्षश्राद्धानंतर तो कमी झाला. पुढे कोणालाही हा त्रास होऊ नये म्हणून मी दुसऱ्या वर्षी सुद्धा नियमित श्राद्ध केले. त्यावेळी मी दरवर्षी शिवरात्रीनंतर गाणगापूरला जात होतो. दुसऱ्या वर्षीचे श्राद्ध झाल्यावर मी नेहमीप्रमाणे गाणगापूरला गेलो. सकाळी अकरा साडेअकरा वाजता पोहोचलो. माझ्या राहत्या जागेजवळच चक्र तीर्थ होते. तिथे मी आंघोळीला गेलो. तिथे तीर्थावरच संध्या केली व लोटीत पाणी भरून चक्रेश्वर महादेव मंदिरात आलो. हे मंदिर दक्षिणमुखी असल्यामुळे याला फार महत्त्व आहे. मी नंदीवर व महादेवावर पाणी वाहले व शिल्लक राहिलेल्या पाण्यासहित लोटी समोरच्या ओट्यावर ठेवली. नंतर मी महादेवाला तीन प्रदक्षिणा करण्याकरता सुरुवात केली. नंदीपासून सव्यअपसव्य करीत पहिली प्रदक्षिणा पूर्ण करून नंदीपाशी आलो. दुसरी प्रदक्षिणा करण्याकरता सुरुवात केली. तेव्हा एक कावळा देवळाच्या शिखरावर बसला होता. तो पाण्याजवळ आला. लोटीतले पाणी पिला व परत शिखरावर जाऊन बसला. मला वाटले सहज पाणी पिला असेल. मग मी दुसरी प्रदक्षिणा केली. तो कावळा परत आला व दुसऱ्यांदा पाणी पिला. मला आश्चर्य वाटले नंतर तिसरी प्रदक्षिणा केली. त्यानी तिसऱ्यांदा पाणी पिले. मी पाहतच राहलो. प्रथम मी विचारात पडलो हा काय प्रकार आहे. हा प्रकार मी माझ्या नेहमीच्या पुरोहितांना पण सांगितला. त्यांनाही आश्चर्य वाटले. नंतर लक्षात आले चक्र तीर्थात अस्थि विसर्जन करतात. त्यामुळे मृत व्यक्तीला गती मिळते. चक्रेश्वराने मला हाच संदेश दिला की तुझ्या वडिलांना गती मिळाली आहे व तू व तुझी पुढील पिढी या त्रासातून मुक्त झालेली आहे.

सहा:

माझ्या आईच्या मृत्यूनंतर तिच्या पेन्शनचे रुपये अठरा हजार माझ्या खात्यात जमा झाले. त्यापैकी रुपये ११०००/- मी अमरावतीच्या स्मशानाला देणगी स्वरूप दिले. राहिलेल्या पैशात भावाने रुपये ४००० टाकून रुपये अकरा हजार आमचे कुलदैवत - वरुडच्या केदारेश्वर मंदिरात दान दिले. हे पैसे खात्यात जमा झाल्याबरोबर मी बँकेतून सरळ स्मशानाकडे जायला निघालो. जाताना अंबादेवी मंदिरात गेलो. तो मे महिन्याचा दिवस होता. ऊन खूप होते. मी अंबा देवीचे दर्शन घेतले. व एकवीरा देवीच्या मंदिरात आलो. देवीचे दर्शन घेऊन मी देवळाला प्रदक्षिणा घातली. त्याचवेळी माझ्या घशाला एकदम कोरड पडली. मला अशी तहान कधीही लागत नाही. तसेच मी पानपोईचेसुद्धा पाणी पीत नाही. काय करायचे हे पण मला सुचत नव्हते. मी हिम्मत करून दर्शन पूर्ण केले व बाहेर चप्पल स्टँड वर आलो. त्या ठिकाणी नेहमीचा मनुष्य नसून वेगळाच मनुष्य होता. अगदी स्वच्छ कपडे होते. त्याच्याजवळ पाण्याची कुलेज होती व तो फुलपात्रानी पाणी पीत होता. मी गेल्याबरोबर त्या गृहस्थानी पाणी पिता का म्हणून विचारले. त्याच्या जवळून मी दोन फुलपात्र पाणी पिले. त्याला धन्यवाद दिले. चप्पल स्टँड वर कुलेज वगैरे वापरणारा मी प्रथमच पाहिला. काय ही देवीची लीला होती की माझ्या घशाला कोरड पाडून मला पाणी पाजले.

सात:

दिनांक १३/०२/२०१९ रोजी स्वप्न पडले. सिनेमा स्टाईलने एकेक आकडा माझ्यासमोर प्रकट झाला. पूर्ण आकडे प्रकट झाल्यावर कळले की ती तारीख होती आणि तारीख होती १७/०९/२०२३. नंतर मला एकदम जाग आली. त्यावेळी घड्याळात सकाळचे तीन पस्तीस झाले होते. मी खूप वेळ विचार करत बसलो. नंतर कळले की ही माझ्या मरणाची तारीख होती. तसेच मी माझे ग्रहमान देखील जुळवून पाहिले व नंतर या निर्णयापर्यंत येऊन पोहोचलो. की मी दिनांक १७/०९/२०२३ रोजी सकाळच्या वेळेला स्वर्गकडे प्रस्थान करणार. पुढे काय होणार हे ईश्वरालाच माहित.

दिनांक १७/०९/२०२३ ला वेगळीच घटना घडली. २०२३-२४ चे पंचांग आले. व मी त्या दिवशीची तिथी पाहिली. ती तिथी होती भाद्रपद शुद्ध द्वितीया. मी श्रावण महिन्यात आदल्या महिन्याच्या शिवरात्रीपासून तर हरतालिकेपर्यंत बेल वाहत असतो. माझा बेल वाहणे सुरू झाले. फुलवाल्याला माहित असल्यामुळे त्यांनी श्रावण संपल्यानंतर देखील दोन पुडे पाठवले. व त्या दोन पुड्याचे (१०८ बेल) व मागील शिल्लक राहिलेल्या बेलाचे मी तीन पुडे केले. व ते बरोबर भाद्रपद द्वितीयापर्यंत म्हणजे १७/०९/२०२३ पर्यंत पुरले. माझा बेल वाहणे सुरू होते. मरणाच्या तीथीकडे मी संपूर्णपणे दुर्लक्ष केले होते. त्याअगोदर मी नेहमीप्रमाणे गाणगापूरला जाऊन आलो. तेव्हा देवाच्या कानावर हा दृष्टांत टाकला व तुझे नाव घेता घेता मरण येऊ दे अशी विनंती केली. पण १७/०९/२०२३ ला वेगळीच घटना घडली. माझ्या अगदी वरच्या फ्लॅटवर राहणाऱ्या व्यक्तीला हार्ट अटॅक आला. माझ्या मुलानी त्यांना मदत करून दवाखान्यात दाखल केले. माझा दृष्टांत व वरीलव्यक्तीचा हार्ट अटॅक याचा काय संबंध आहे हे मला माहित नाही. माझ्या मतानुसार मरणाच्या लहरी माझ्या परिसरात फिरत होत्या. पण माझ्या शंकराच्या बेल वाहण्यामुळे त्या लहरी माझ्यापर्यंत येऊ शकत नव्हत्या व शेवटी त्या लहरी वरच्या फ्लॅटवर जाऊन आदळल्या.

असे ईश्वरी साक्षात्कार प्रत्येकालाच येऊ शकतात. तुम्ही तुमच्या घरात ईश्वरी कर्म भक्तीपूर्वक करीत असाल तर ईश्वर आपले अस्तित्व अशा दृष्टांतांद्वारे दाखवीतोच. व सांगतो की मी तुझ्या पाठीशी आहे. तेव्हा प्रत्येकानी आपल्या घरात ईश्वराचे जागृत स्थान निर्माण करावे. व स्वतःसाठी आणि आपल्या कुटुंबाकरिता सुरक्षा कवच निर्माण करावे. ह्यालाच म्हणता येईल आत्मोद्धार.

९.

अन्नपूर्णा

एक: *अन्नपूर्णा*

खान्देशातून अमरावतीला आल्यावर मी जवळजवळ पाच वर्षे नेरपिंगळाईला होतो. नेरपिंगळाईला असताना मी एक दिवस सकाळी पोरगव्हान नावाच्या गावात फिल्ड ऑफिसर सोबत वसुली व इतर कामासाठी गेलो होतो. लोकांच्या भेटी घेता घेता दुपारची वेळ झाली. परत जाताना एका ठेवीदाराकडे आम्ही गेलो. तो अतिशय सज्जन गृहस्थ होता. आम्ही गेलो त्यावेळी तो बाहेर कामाला गेला होता. त्याची बायको घरी होती. ते दोघेही बँकेत येत असल्यामुळे चांगला परिचय होता. त्या बाईने नवरा घरी नसताना देखील आम्हाला जेवणाचा आग्रह केला. मी पटकन आंघोळ करते व भाजी पोळ्या करते असे म्हटले. आम्हाला काय करावे कळत नव्हते. कारण दुपारची भुकेची वेळ होती. नाही म्हटले तर जेवायला केव्हा मिळेल सांगता येत नव्हते. आम्ही दोघांनीही एकमेकाकडे पाहिले व शेवटी जेवायला होकार दिला. तिने खरोखरच पटकन आंघोळ केली. चूल पेटवली व भाजी पोळी करून आम्हाला जेवू घातले. आम्ही तिच्या मुलांच्या हातात काही पैसे देऊन तिचा निरोप घेतला. एक गरीब स्त्री असून देखील तिला माध्यान्नकाली अतिथी जेवू घालण्याची बुद्धी झाली. माध्यान्न काली अतिथी जेवू घातल्यास पितर संतुष्ट होतात व त्या घराला आशीर्वाद देतात. आम्च्यासाठी ती अन्नपूर्णा होती व स्वतःसाठी चांगले कर्म करून आपल्या उद्धाराचा मार्ग सुकर करणारी स्त्री म्हणजेच: आत्मोद्धार!

दोन: *कदान्नपूर्णा*

जी सर्वसृष्टीसाठी अन्न निर्माण करते ती अन्नपूर्णा देवी. पण या कलियुगात कदान्नपूर्णा देवी सुद्धा निर्माण झालेली आहे. जशी लक्ष्मी

व अलक्ष्मी. तशीच अन्नपूर्णा व कदान्नपूर्णा. ज्या ठिकाणी देवधर्म असतो. नारायणाची पूजा होते त्या ठिकाणी लक्ष्मी वास करते. त्या ठिकाणी सुख समृद्धी शांती आनंद व समाधान नांदत असते. ज्या ठिकाणी अलक्ष्मी नांदते त्या ठिकाणी अधर्म अशांती व भांडण तंटे असतात. तसेच ज्या ठिकाणी ईश्वरी वास असतो. त्या ठिकाणी अन्नपूर्णा वास करते. त्या अन्नामध्ये तृप्ती समाधान व आनंद असतो. निरोगी वातावरण असते. पण जिथे ही कदान्नपूर्णा अवतरते त्या ठिकाणी खा खा वख वख अतृप्ती असते. जेवण करून समाधान नसते. रोगट वातावरण तयार होते व मनुष्य देवधर्मापासून दूर जातो.

कदान्न म्हणजे जे अन्न कधीही खाऊ नये असे अन्न. घरचे सात्विक अन्न सोडून जे अन्न असते ते जवळजवळ सर्वच कदान्न असते. अन्न तारी अन्न मारी असे म्हटलेले आहे. सध्या अन्न मारीचे वातावरण तयार झालेले आहे. आपल्या शरीराकरता अन्न हेच खरे औषध असते. पण सध्या अन्नाकडे दुर्लक्ष व औषधाकडे जास्त लक्ष असते. आपल्या ऋषी मुनींनी कोणत्या ऋतूत काय खावे, कोणत्या समयी काय खावे, कशा तऱ्हेने खावे, तसेच काय खाऊ नये, याचे नियम केलेले आहेत. परान्न कितीही चांगले असले तरी ते निषिद्ध आहे. तसेच अमावस्येला कुठेही जेवायला जाऊ नये. पण आपण या सर्व गोष्टीकडे सोयीस्करपणे दुर्लक्ष करतो व डॉक्टरचा आश्रय घेतो.

आपल्या शरीरात प्राणशक्तीचे अस्तित्व असते. या प्राणशक्तीमुळेच आपल्या शरीरात चैतन्य व उत्साह असतो व आपण आपले दैनंदिन व्यवहार चांगल्या तऱ्हेने पूर्ण करू शकतो. आपण जे अन्न किंवा इतर खाद्यपदार्थ खातो त्या सर्वात प्राणशक्तीचे अस्तित्व असते. आपल्या शरीरातील प्राणशक्ती टिकविण्याकरता किंवा वाढविण्याकरता आपल्याला अन्न व इतर प्राणशक्ती युक्त खाद्यपदार्थ खावे लागतात. त्यामुळे आपल्या प्राणशक्तीचे पोषण होते. प्राणशक्ती जशी जशी वाढेल तशी तशी आपल्या शरीरात ताकद व प्रतिकारशक्ती वाढत जाते.

ही प्राणशक्ती दोन प्रकारची असते. एक सकारात्मक व दुसरी नकारात्मक. ज्या अन्नात सकारात्मक प्राणशक्ती असते. ती शरीराला पोषक असते. पण काही अन्नात किंवा खाण्याच्या वस्तूत नकारात्मक

प्राण शक्ती असते. या पदार्थांमुळे केवळ पोट भरते पण तृप्ती नसते. हे पदार्थ पचायला जड असतात. हे पदार्थ पचण्याकरता आपली प्राणशक्ती खर्च होते. त्यामुळे शरीराचे पोषण तर होतच नाही उलट शरीरातील ताकद कमी होते. हे पदार्थ खाल्ल्यानंतर शरीरात ताकद वाढण्याचा आभास निर्माण होतो. पण ते शरीरात रोगराई निर्माण करतात.

कोणत्या वेळी काय खावे काय खाउ नये, यावर अनेक लेख येतात. पण त्याकडे आपण सोयीस्करपणे दुर्लक्ष करतो. हे पदार्थ म्हणजे मांसाहार व त्या संबंधित इतर पदार्थ. हल्ली हॉटेलमध्ये असलेले पाश्चात्य पदार्थ उदाहरणार्थ पिझ्झा, बर्गर, पास्ता, बेकरीचे सर्व पदार्थ म्हणजे ब्रेड, बटर, पाव तसेच चायनीज पदार्थ, मॅगी व इतर निरनिराळ्या पुड्या. हे सर्व पदार्थ नकारात्मक प्राणशक्तीमध्ये येतात. हे पदार्थ पचायला एवढे जड असतात की ते पूर्णपणे पचत नाहीत व काही भाग आपल्या पोटातच शिल्लक राहतो आणि त्यामुळे शरीर जड पडणे मेद वाढणे अतिशय गर्मी होणे हिवाळ्यात सुद्धा पंख्याची आवश्यकता पडणे सतत घाम येत राहणे असे परिणाम दिसायला लागतात.

हे पदार्थ बनवताना तेल चांगले नसते. या पदार्थांना तेलाचा घाणेरडा वास येतो. खराब झालेला गहू मैदा बनविण्याकरता वापरण्यात येतो. या गव्हात सोंडे व अळ्या असतात. गहू व्यवस्थित साफ न करता त्याचा मैदा तयार करण्यात येतो. नूडल्स बस टू मिनिट्स मध्ये डुकराची चरबी वापरतात. पाव व ब्रेड सारखे पदार्थ तयार करणारे मुसलमान असतात. ते सर्रास जनावराची चरबी वापरतात. हल्दीरामची फॅक्टरी मुसलमानाने विकत घेतली. तसेच हा समाज खाण्याच्या पदार्थात काय काय टाकतो हे जग जाहीर आहे. तेव्हा प्रत्येकानी सावध रहावे.

वरील पदार्थप्रमाणेच कांदा व लसूण मध्ये सुद्धा नकारात्मक प्राणशक्ती असते. हे दोन्ही शरीरात पचत नाही. त्यामुळे कांदा लसूण शरीरातील चैतन्य नष्ट करतात. कांदा लसूण खाल्ल्यामुळे शरीरातील चैतन्य नष्ट होऊन व्यक्ती आळशी होतो. पावसाळ्यात कांदा लसूण खाणे म्हणजे विष खाण्यासारखेच आहे. कारण पावसाळ्यात कांदा लसूण मध्ये किडे असतात. त्यामुळेच कांदा लसूण चतुर्मासात खाउ नये. अशी पद्धत पडली आहे. कांदा लसूण खायचे असल्यास जुलै ते ऑक्टोबर पूर्णपणे बंद करावा. नोव्हेंबर ते फेब्रुवारी नवीन ओला कांदा

खावा. मार्च ते जून हाच ओला कांदा वाळल्यावरती खावा. कांदा लसूण मध्ये काही औषधी गुण असल्यामुळे त्याचा वापर औषधाप्रमाणेच करावा. सध्या बाराही महिने कांदा लसुण खात असल्यामुळे नवीन कांदा व जुना कांदा याची सर मिसळ केल्या जाते. ज्या घरात कांदा लसूण खात नाहीत ते घर पूर्णपणे निरोगी असते.

हॉटेलमधील पदार्थ पीठ आंबवून त्यात आंबटपणा आणल्या जातो. हा आंबटपणा शरीरासाठी हानिकारक असतो. यामुळे झालेला खोकला कधीही पूर्णपणे बरा होत नाही. डॉक्टर व्हायरल आहे असे सांगून खोकला दाबून टाकतात. पुढे याचे विपरीत परिणाम होऊन फुफ्फुस खराब होणे, क्षयरोग होणे, किडनी खराब होणे असे रोग होतात. हल्ली डॉक्टर अमुक खाऊ नका असे कधीही सांगत नाही. सर्व काही खा. खाल्ल्याशिवाय प्रोटीन मिळणार नाही. आजार झालाच तर आम्ही आहोतच. पथ्य नावाचा प्रकार सध्या नाहीच.

सध्या हॉटेलचा व्यवसाय जोमात सुरू आहे. हॉटेलवाल्यांनी पिइझा, बर्गर, मोमोजसारखे पक्वान्न शोधून काढायचे व डॉक्टरांनी त्यावर औषध द्यायचे. जी व्यक्ती घरचे सात्विक अन्न खाते तिला शक्यतोवर डॉक्टरची आवश्यकता पडत नाही. काही विरुद्ध अन्न किंवा घातक अन्नाचे परिणाम त्वरित न दिसता कालांतराने किंवा सात आठ वर्षांनी सुद्धा दिसायला लागतात व हे परिणाम रौद्र रूप धारण करूनच येतात व नंतर हे रोग औषधाला सुद्धा जुमानत नाहीत.

सर्व रोगांचे मूळ हे कदान्नच असते. बीपी शुगर हे नेहमीचेच आहेत. त्याशिवाय नपुंसकता येणे, गर्भाशय समस्या, केस राठ होणे, तसेच त्वचेचा मुलायमपणा नष्ट होणे, स्त्रियांना दाढी मिशा येणे, अशा अनेक समस्या निर्माण होतात. जंक फूड व जिमचा व्यायाम हे हार्ट अटॅकला कारणीभूत होतात. हे अन्न लहान मुलांना विषाप्रमाणे आहे.

सकाळच्या नाश्ता बहल सुद्धा डॉक्टरांनी गैरसमज निर्माण केला आहे. सकाळी पोट पूर्णपणे खाली होते. त्यामुळे जबरदस्त नाश्ता केला पाहिजे. असे अजिबात नाही. पोट पूर्णपणे कधीच खाली होत नाही. सकाळी शौचास गेल्यामुळे पोट पूर्णपणे खाली झाल्यासारखे वाटते. पण ते तसे नसतेच. अशा वेळेस सुकामेवा दूध किंवा फळे खाल्ल्यास तुम्ही

बारा एक वाजेपर्यंत सहज राहू शकता. सकाळी लसूण कांदा घालून केलेली डिश आळस निर्माण करते. त्यामुळे झोप सुद्धा येते.

सकाळची वेळ पूजा अर्चना करण्याची असते. नाश्त्यामुळे तुमचे चित्त एकाग्र होत नाही. तसेच सकाळी सहा वाजता वातदोष संपून कफदोष कार्यान्वित होतो व सकाळी दहा वाजल्यापासून पित्तदोष सुरू होतो व तो बारा वाजता पूर्ण कार्यान्वित होतो. म्हणून जेवायची वेळ ही बारा ते एक पर्यंत ठरली आहे. त्यामुळे सकाळचा नाश्ता सुद्धा कदान्नात मोडतो. तसेच शिळे अन्न, परान्न, तसेच अन्न शिल्लक राहिले नाही पाहिजे म्हणून खाल्लेले अन्न हे सर्व कदान्नात मोडते. शरीराच्या आरोग्याकरता थोडा उपवास सुद्धा आवश्यक असतो. तेव्हा आपण कदान्नाचा त्याग करून चांगले अन्न खाण्याला सुरुवात करू यालाच म्हणता येईल: आत्मोद्धार

━━━━━━━━•••✳•••━━━━━━━━

तीन: अन्नपूर्णा

अन्नपूर्णे सदापूर्णे शंकर प्राण वल्लभे।
ज्ञान वैराग्य सिध्यर्थ भिक्षां देहि च पार्वति॥

जगद्गुरु श्री आदि शंकराचार्यांनी हे अन्नपूर्णा स्त्रोत्र लिहिले, त्यातील हा श्लोक. असे म्हणतात की हे स्तोत्र लिहिताना श्री शंकराचार्य एवढे भावविवश झाले की त्यांना समजावयाला प्रत्यक्ष अन्नपूर्णा मातेला यावे लागले. अशी ही अन्नपूर्णा माता सर्वसृष्टीला अन्न पुरविते. अन्न पुरविताना हा वाईट हा चांगला असा ती भेदभाव करीत नाही. पण फार कमी लोकांना तिचे स्मरण होते व जेवताना कटाक्षाने हा श्लोक ते म्हणतात. जे लोक हा श्लोक म्हणतात त्यांचे जेवण अमृतमय होते. पण अनेक लोकांना या अन्नपूर्णेशी काहीही देणेघेणे नसते. ते जेवायला बसतच नाही तर ते खायला बसतात.

भोजन हा एक यज्ञ असतो. प्रत्येक घास हा यज्ञातील आहुती असते. प्रत्येक आहुती ही जठराग्नी नावाच्या यज्ञकुंडात पडत असते. हा जठराग्नी अन्नपचवून त्याचे रूपांतर रक्त व मास पेशीमध्ये तयार

होऊन शरीराचे पोषण करीत असतो. भगवद्गीतेमध्ये श्रीकृष्णांनी या जठराग्नीला वैश्वानर म्हटले आहे. हा जठराग्नी दुसरा तिसरा कोणीही नसून मीच ही सर्व क्रिया करत असतो असे श्रीकृष्णांनी म्हटले आहे. त्यामुळे अन्नपूर्णेच्या श्लोकानंतर भगवद्गीतेतला खालील श्लोक (भगवद्गीता: अध्याय १५, श्लोक १४) म्हणावयाचा असतो.

अहं वैश्वानरो भूत्वा प्राणिनाम देहम अश्रित: ।
प्राणापान-समायुक्त: पचाम्य अन्नम चतुर-विधम् ॥

अन्नाला पूर्णब्रह्म म्हटले आहे. त्यामुळे तिसरा श्लोक "अन्नं ब्रह्म रसो विष्णु: भोक्ता देवो महेश्वर:।" म्हणावयाचा असतो. अन्न तयार करण्यापासून तर जेवण होईपर्यंत अन्नावर संस्कार होत असतात. घरातील गृहिणी स्वयंपाक करीत असते. पुरुष देवाची पूजा अर्चना करून त्या अन्नाचा नैवेद्य देवाला दाखवितो. त्यानंतर जेवण करीत असतात. जेवणाच्या अगोदर अन्नपूर्णेला व सर्व देवाला नमस्कार करूनच जेवायला प्रारंभ करावा. ब्राह्मण लोकांना जेवणाच्याअगोदर वरील श्लोक, चित्राहुती व प्राणाहुती या क्रिया अनिवार्य आहेत. कारण यामुळे देव पितर व पंचप्राण यांचे पोषण होते. त्यांना त्यांचा हविर्भाग मिळत असतो.

अन्न म्हणजेच आहार जेवढे सुसंस्कारित असेल व जेवण होईपर्यंतचे आचरण जेवढे शुद्ध असेल तेवढे तुमचे विचार शुद्ध होतील. त्याचा चांगला परिणाम तुमच्या बुद्धीवर व मनावर होऊन तुम्हाला तुमच्या जीवनात आनंदमय वातावरण निर्माण होईल. पण सध्या कलीच्या प्रभावामुळे देवधर्माविषयी आस्था कमी झाली. त्यामुळे मनुष्य कर्महीन झाला. पुढे तो आचारहीन बनला. आहार बनविताना किंवा इतर काम करताना मला जास्त कष्ट कसे होणार नाही. याकडे तो जास्त लक्ष देऊ लागला. मी कोणते अन्न खातो, कसे खातो, याकडे त्याचे दुर्लक्ष होऊ लागले. चुकीच्या खाण्यामुळे व चुकीच्या वागण्यामुळे तो रोगग्रस्त झाला.

अन्नदान श्रेष्ठदान आहे. सार्वजनिक अन्नदान सोबतच आपण आपल्या घरी अन्नदान केले पाहिजे. सर्व काटकसर अन्नामध्ये

करण्यात येते. अन्न बनविणे व अन्न खाणे या दोन्ही क्रिया सध्या संस्कारहीन असतात. त्यामुळे अन्नाचा वारंवार अपमान होतो. तसेच अन्न वाया न घालवता ते कोणाच्या तरी पोटात गेले पाहिजे. आपल्या अन्नावर कुत्रे, मांजर, पक्षी, मुंग्या, मासे या सर्वांचा अधिकार असतो. पण त्यांना ते न टाकता आपण अन्न उकिरड्यावर टाकतो. ते खराब झाले तरी आपण त्याकडे दुर्लक्ष करतो. त्यामुळे अन्नदानाचे पुण्य तर बाजूलाच राहते. उलट अन्न फेकण्याचे पाप शिरावर येते. पुढे अशा लोकांना पैसा असून देखील अन्न खाता येत नाही.

अन्न प्राण अन्न जीवन । कवण असेल अन्नावीण ।
अन्न वैरी झालें जाण । मरण बरवें आतां मज ॥१०२॥

(गुरुचरित्र अध्याय १३)

तेव्हा आपण अन्नाचा योग्य आदर करून अन्नपूर्णा मातेचा जय जयकार करू व अन्नपूर्णा मातेला नमस्कार करू. यालाच म्हणता येईल: आत्मोद्धार

••••••••••••••••••••••

चार: भिक्षा

अन्नपूर्णे सदापूर्णे शंकर प्राण वल्लभे।
ज्ञान वैराग्य सिध्यर्थं भिक्षां देहि च पार्वति॥

भिक्षा ही मोक्ष साधनेतील एक साधन आहे. वैराग्य प्राप्त झालेले संन्यासी व तत्सम लोक भिक्षा मागतात. जगण्याकरता अन्न आवश्यक असल्यामुळे ते भिक्षा मागतात. अन्यथा त्यांचे सर्व लक्ष ईश्वर चिंतनात असते. भिक्षेलाच माधुकरी देखील म्हणतात. वेदविद्या शिकणारे विद्यार्थी घरापासून दूर असल्यामुळे माधुकरी मागून आपला वेदविद्येचा अभ्यास पूर्ण करतात. हिमालयात राहून तपस्या करणारे लोक भिक्षा मागतात. पुढे हे सर्व लोक ज्ञान व वैराग्याने समृद्ध होतात व ईश्वरी प्रेरणेने जनकल्याणाचे कार्य करतात. देवीचा जोगवा ही सुद्धा भिक्षा असते. या सर्व भिक्षेत ईश्वरी शक्तीचा वास असतो. हीच ईश्वरी शक्ती मोक्षाचा मार्ग दाखवीते.

भिक्षा आणि भीक यात खूप फरक आहे. भिक्षा मागणारा मनुष्य हा सर्वसंग परीत्याग केलेला असतो. तर भीक मागणारा हा दरिद्री असतो. भीक मागणे हा व्यवसाय सुद्धा असू शकतो. काही भिकारी भिकेच्या भरवशावर सावकारी सुद्धा करतात. भिक्षा ही केवळ अन्नाची मागतात. पण भीक पैशात मागतात. भीक व्यक्तीला नरकात घेऊन जाते.

अन्नपूर्णा मातेचे पती देवाधिदेव महादेव तसेच त्रीखंडाचे गुरु श्रीगुरुदेव दत्त हे भिक्षा मागतात. तेव्हा भिक्षा व भीक याची सरमिसळ करू नये. भिक्षा म्हणजे ईश्वरा प्रति समर्पण भाव.

श्रीक्षेत्र गाणगापूर ही दत्तगुरूंची सिद्ध भूमी आहे. त्या ठिकाणी ईश्वरी सेवा म्हणून माध्यानकाली प्रत्येक जण भिक्षा मागतो. ही भिक्षा म्हणजे अमृत असते. या ठिकाणी भिक्षा न मागणे किंवा भिक्षेचा अपमान करणे अतिशय महागात पडते. प्रत्यक्ष घडलेली घटना या ठिकाणी देत आहे.

एका स्त्रीने आपल्या मुलाचे जावळ गाणगापूरला काढले. जावळ काढण्याचा कार्यक्रम झाल्यानंतर सर्वांनी बारा वाजता भिक्षा मागितली. इतर लहान मुलासोबत या मुलानीसुद्धा भिक्षा मागितली. इतक्यात त्याची आई धावत धावत आली. त्याच्या हातातून भिक्षेची ताटली घेऊन ती भिक्षा खाली टाकून दिली. व *माझा मुलगा भिक्षा मागणार नाही'* असे म्हणून मुलाला कडेवर घेऊन निघून गेली. तसेच तिनेसुद्धा भिक्षा मागितली नाही. या ठिकाणी महाराजांचा व महाराजांच्या भिक्षेचा तर अपमान झालाच. शिवाय अन्नपूर्णेचा सुद्धा अपमान झाला. याचा परिणाम असा झाला की त्या मुलाला कोणतीही नोकरी मिळाली नाही. किंवा पुढे कोणताही व्यवसाय मिळाला नाही. त्याच्या हातातून भिक्षा सांडली म्हणून त्याच्या हातात काहीही आले नाही. तसेच आईला कधीही मानसिक शांती मिळाली नाही. किंवा सुखाने खायला मिळाले नाही. आज या घटनेला ३७ वर्षे होऊन ही चूक कोणाच्याही लक्षात आली नाही. या चुकीचे प्रायश्चित्त घेतल्याशिवाय त्यांना गती नाही. पुढील जन्मी देखील याचे परिणाम भोगावे लागतील.

तेव्हा कोणीही भिक्षेचा किंवा भिक्षा मागणाऱ्याचा अपमान करू नये. आपल्या दारावर येणारा भिक्षेकरी हा ईश्वर स्वरूप समजून

त्याला आदराणि भिक्षा वाढावी. माझ्या वडिलांचे दुसऱ्या वर्षीचे श्राद्ध झाल्यानंतर एक तरुण मुलगा दारावर आला. व जेवायला घ्या म्हणाला. मी लगेच त्याला अंगणात बोलावून त्याला खुर्ची दिली व त्याला जेवायला घातले.

तेव्हा आपले पितृदोष कमी करण्याकरता भिक्षा घ्या. अन्नदान करा. यालाच म्हणता येईल आत्मोद्धार!

१०.

ब्राह्मण

देवाधीनं जगत्सर्वं मंत्राधीनं च दैवतं ।
ते मंत्रा ब्राह्मणाधीना ब्राह्मणो मम दैवतम् ॥

(गुरुचरित्र २६. २३०)

ही सर्वसृष्टी ईश्वर सांभाळतो पण ईश्वरी शक्ती मंत्रामध्ये असते व ते मंत्र ब्राह्मणा जवळ आहेत म्हणून ब्राह्मण माझे दैवत आहे

चातुर्वर्ण्यं मया सृष्टं गुणकर्मविभागशः।
तस्य कर्तारमपि मां विद्ध्यकर्तारमव्ययम् ॥

श्रीमद भगवद्गीता १४. १३

गुण व कर्मानुसार देवाने चातुर्वण (त्यात ब्राह्मण सुद्धा) तयार केला.

ब्राह्मणोऽस्य मुखामासीद्बाहू राजन्यः कृतः।
ऊरू तदस्य यद्वैश्यः पद्भ्यां शूद्रोऽजायत॥१३॥

(पुरुषसुक्त)

ब्राह्मण हे परमेश्वराच्या मुखा पासून निर्माण झाले म्हणजेच ब्राह्मण जेव्हा जेवतो तेव्हा ईश्वर सुद्धा जेवत असतो. एवढे ब्राह्मणाचे महत्त्व आहे. पण सद्य परिस्थितीत किती ब्राह्मण वरील श्लोकात बसतात. दहा टक्के सुद्धा नाही. ९०% ब्राह्मण फक्त आडनाव ब्राह्मणाचे आहे म्हणून ब्राह्मण आहेत.

आज राहू-केतू दोषामुळे ब्राह्मण कर्महीन व संस्कारहीन झाला. ब्राह्मण हा ब्राह्मण राहिलाच नाही. आपल्या कर्म दोषामुळे तो नष्ट होत आहे. प्रत्येक ब्राह्मणानी आपल्या चौथ्या पिढीचे अवलोकन करावे. जर चौथ्या पिढीवर चार लोक असतील तर गुणोत्तर प्रमाणा प्रमाणे

आजच्या पिढीत कमीत कमी २० लोक असायला पाहिजे. पण आज चार लोक सुद्धा नाहीत. आज ब्राह्मण समाजात मतिमंद, गतीमंद, मूकबधिर, दिव्यांग अशी मुले जन्माला येत आहे. असेही दिसून आले की आजच्या पिढीनंतर संपूर्ण घराणं नष्ट होत आहे. याचे कारण ब्राह्मण कर्महीन व संस्कारहीन झाला. त्यानी आपले देवधर्म कुळ कुलाचार सर्व सोडले आहे. कोणतेही धार्मिक कार्य करायचे काम पडले तर "उरकवून टाका" हे एकच तत्व अमलात आणण्यात येते. त्यात कोणतीही भक्ती नसते किंवा जिव्हाळा नसतो. ईश्वरी सेवा ही तन मन धन या तीन गोष्टींनी करावयाची असते. त्यात तन व मन महत्त्वाचे असते व आवश्यक तेव्हाच धनाचा वापर होतो. पण सध्या धार्मिक कार्य करताना मन अजिबात नसते. तनाचा वापर करायचा म्हणून करतात आणि जास्तीत जास्त वापर धनाचा असतो. ईश्वरी शक्ती तर तन आणि मन लावून जो भक्ती करतो त्यालाच पूजेचे फळ देते. ईश्वरी सत्तेला धन हे माती समान असते. ईश्वरी कार्य योग्य तऱ्हेने न झाल्यास त्याचे कर्मफल मिळत नाही. ईश्वर सुद्धा उरकवून टाका या न्यायाने वागतो. त्यामुळे आपले दोष वाढत जातात. पुढे ईश्वरी शक्ती त्या घरापासून दूर जाते व त्या घराची जागा दोष घेतात. पुढे हेच दोष वाढून पूर्ण घराणे नष्ट करते.

स्नान-संध्या ही ब्राह्मणासाठी फार मोठे अभेद्य असे सुरक्षा कवच आहे. त्यातील प्रमुख देवता सूर्य व गायत्री माता तुम्हाला अतिशय शक्तिमान करते. तसेच संध्येमुळे आपले अनेक दोष नष्ट होतात. व व्यक्तीला प्रतिभा संपन्न व शक्तिमान करतात. पण आपल्याला सध्या संध्या करण्याकरता वेळच मिळत नाही. संध्येमुळे मिळणाऱ्या अधिकाराची जाणीव तेव्हाच होईल जेव्हा तुम्ही संध्या करायला सुरुवात कराल. देव, पितर व पंचमहाभूत हे सर्व या सृष्टीचा भाग आहे. या सृष्टीचे पोषण तंत्र व मंत्राद्वारे वेदानुसार व वेदाचरणाने होत असते. प्रत्येक मनुष्य आपल्या कुवतीप्रमाणे यासर्वांची पूजा अर्चना करून नैवेद्य दाखवून त्यांचा हविर्भाग त्यांना देत असतो. या सर्वात ब्राह्मण आणि ब्रह्मकर्म हे सर्वात महत्त्वाचे असते. वेदाचे ज्ञान सर्वांना नसते. पण वेदाचरण तर सर्व करू शकतात. सुसंस्कारित आहार व वेदानुसार आचरण हे ब्राह्मणाकरता अतिशय महत्त्वाचे आहे. पण सध्या परिस्थिती हाताबाहेर गेली व ब्राह्मणाचीअधोगती होत चालली आहे. खूप पैसा

म्हणजे प्रगती नव्हे. घरात देवधर्माचे वातावरण नसल्यामुळे घरातील मुले संस्कारहीन झालीत. मुली इतर समाजाकडे लग्न करून चालल्यात. इतर समाजाच्या मुली ब्राह्मणाच्या घरात येत आहेत. मागील जन्मी काहीतरी पुण्य केल्यामुळे ब्राह्मण जन्म मिळत असतो. या जन्मी ब्रह्मकर्म करून सदाचरणाने वागून स्वतःचा उद्धार सहज करता येतो. पण आज त्याला पैशाच्या मोहमायेणी एवढे गुंतवून ठेवले की तिथून त्याला बाहेर पडणे शक्य होत नाही. पैसा जमविण्याच्या नादात त्याला आपला सभोवतालचा समाज, आपली मुले याच्या विषयीची कर्तव्य तो विसरला. सध्या तो एकच काम करीत आहे ते म्हणजे पैसा मिळवणे व दाखविणे. देवाला पैसा दाखवायचा, मुलांना पैसा दाखवायचा, आपल्या माणसांना पैसा दाखवायचा पण त्यांच्याप्रती पैसा सोडून इतरही काही कर्तव्य आहेत हे तो विसरून गेला. काही लोक पैसाही दाखवत नाहीत व कर्तव्यही करत नाहीत. पैशाची शिग उतरली नाही पाहिजे हेच त्यांचे ध्येय असते.

देवधर्म सोडल्यामुळे एवढी अधोगती झालेली आहे की इतर समाजाप्रमाणे ब्राह्मणालाही आरक्षण मिळाले पाहिजे अशी त्यांची मागणी आहे. अधोगती केवळ पैशामुळेच नसते तर आपल्या घरात इतर समाजाची मुलगी येणे किंवा आपली मुलगी इतर समाजाकडे जाणे, घरात देवधर्माची कामे बंद होणे, घरात मांसाहार करणे, पैसासुद्धा योग्य मार्गाने न येणे. असे अनेक कारणे आहेत की ज्यामुळे आपला ब्राह्मण वंशच खुंटतो.

आपल्या हिंदू धर्माची संस्कृती व आध्यात्मिक शक्ती खूप उच्च दर्जाची आहे. मुसलमानांनी आपली मंदिरे नष्ट केलीत व ब्रिटिशांनी आपल्याला मागासले म्हटले. आपली संस्कृती व आध्यात्मिक शक्ती पुनर्स्थापित करणे हे आपले आद्य कर्तव्य आहे. नाहीतर आपली अधोगती होऊन आपल्याला कोणीही विचारणार नाही. तेव्हा वेळीच सावध होऊन आपली संस्कृती जपणे. यालाच म्हणता येईल: आत्मोद्धार

११.

समाज

मृत्युंजय कादंबरीत शिवाजी सावंत यांनी काही सुंदर वाक्य टाकली आहेत.

"मातृत्वाचा पराक्रम करणे हे स्त्रीकडे असते तर पराक्रमाचे मातृत्व करणे हे पुरुषाकडे असते."

सध्या पराक्रम व मातृत्व यादोन्ही गोष्टींचा कडेलोट झाला आहे. स्त्री व पुरुष हे दोघेही भरकटले आहेत. आहार, आचार, विचार, यामध्ये बदल झाला आहे. त्यामुळे संस्कार व संस्कृती दोन्ही नष्ट होत आहे. आपल्या घरात देवधर्माला जागा नाही, वेळही नाही. त्यामुळे मतिमंद, मूकबधिर, दिव्यांग यांची संख्या वाढत आहे. सात्विक व सुसंस्कारित अन्न खाणे बंद झाल्यामुळे कोणाच्याही चेहऱ्यावर उत्साह, आनंद व निरागसपणा दिसत नाही.

इंग्रज आपला देश सोडून गेलेत पण त्यांची गुलामगिरी अजूनही टिकून आहे. उलट वाढत आहे. आज आपल्या राष्ट्रभाषेला व मातृभाषेला आपण वाळीत टाकले आहे. परदेशात आपले पंतप्रधान श्री मोदी सगळीकडे हिंदी बोलतात. डॉलरचे महत्व कमी करून रुपयाचे महत्व वाढवत आहेत. तरी त्यांना अतिशय मानाचे स्थान आहे. पण आपण आपल्या मुलांना लहानपणापासून इंग्रजीत शिकवत आहोत. ज्या लहान मुलांना मातृभाषेतून शिकविले जाते. त्यांचा ज्ञानाचा दर्जा जास्त श्रेष्ठ असतो. इंग्रजी केवळ एक भाषा आहे पण तिला आपण डोक्यावर घेतले. आपला स्वाभिमान केव्हा जागा होईल हे ईश्वरालाच माहित.

वयाच्या पाच वर्षापर्यंतचे संस्कार खूप महत्त्वाचे असतात. या वयात लहान मुले अतिशय नाजूक अवस्थेतून जात असतात व तेव्हा होणारे संस्कार त्यांच्या पुढील जीवनात महत्त्वाचे असतात. "कराग्रे वसते…" पेक्षा त्यांना गुड मॉर्निंग शिकविण्यात येते. "शुभम करोती…" कालबाह्य झाली. तुळशी जवळचा दिवा तुळशी सहित लुप्त झाला आहे. या

लहान मुलांना तूप-मीठ-भात, फळे, सुकामेवा, देशी गावराणी गाईचे दूध, तेल-मालिश, सकाळी फिरायला जाणे हे सर्व बंद झाले आहे. आता ब्रेड-बटर, पिझ्झा सुद्धा या नाजूक लहान मुलांना देण्यात येतात. या कलियुगात ह्या मुलांची काय अवस्था होईल हे ईश्वरलाच माहीत. पिझ्झा सारखे पदार्थ लहान मुलांना विषासमान आहेत.

आज समाजसेवेचे खूळ अनेक लोकांच्या डोक्यात शिरलेले आहे. माझी मुलगी बी. एड. करता पेइंग गेस्टप्रमाणे एका घरी राहत होती. त्या बाई मला म्हणाल्या मी वनवासी आश्रमाचे काम पाहते. आज काल अनेक लोक म्हणतात की मी वनवासी आश्रमाचे काम पाहतो. आदिवासी लोकांकरता मेहनत घेणे एवढे सोपे नसते. पण हे तथाकथित समाजसेवक सहज म्हणतात मी वनवासी आश्रमाचे काम पाहतो. या बाईचा मुलगा वेगळा राहत होता. दोन मुली लग्नाच्या होत्या. पाच सहा मुली पेइंग गेस्ट म्हणून राहत होत्या. एवढ्या फोपट पसाऱ्यात त्या केव्हा वनवासी आश्रमाचे काम पाहत असतील हा प्रश्नच आहे.

समाजसेवा करायची म्हणजे त्यासाठी पुढारी व्हावे लागत नाही. समाज कोठून सुरू होतो तर स्वतःपासून. आपणही समाजाचेच अंग असतो. मग आपण आपल्या दुर्गुणाचे परीक्षण करून स्वतः सुधारण्याचे प्रयत्न करूया ना. आपल्या घरातील किंवा आपल्या आजूबाजूलाच कितीतरी लोक असतात की त्यांना तुमच्या मदतीची आवश्यकता असते. पण प्रसिद्धीच्या हव्यासापायी आपण त्यांच्याकडे दुर्लक्ष करतो. एवढेच नव्हे तर आपण आपल्या नातेवाईकाकडे सुद्धा दुर्लक्ष करतो व क्षमता असून सुद्धा त्याला मदत करत नाही. सख्ख्या भावाच्या अनाथ मुलींना सुद्धा न विचारणारा भाऊ मी पाहिलेला आहे. काही लोक स्वतःच्या करिअरमध्ये इतके गुंतले असतात की वडील क्लास वन ऑफिसर तर मुलगा विमा एजंट असतो.

आपल्या देशात मतदान न करणे ही सुद्धा फार मोठी समस्या आहे. बहुतांश हिंदुत्ववादी लोकच मतदान करीत नाही. आज हिंदू राष्ट्राकरिता हिंदूची मते नाही मिळालीत तर हिंदू राष्ट्र कसे होणार. देश रक्षण व धर्म रक्षण हे प्रत्येक हिंदूचे आद्य कर्तव्य आहे. आज तुम्ही एकत्र नाही आलात व आपसातच भांडत राहिलात तर पंधराशे वर्षाच्या मुस्लिमांच्या गुलामगिरीतून सुटका नाही. उद्या मुस्लिम समाज तुमच्या

घरात घुसला की प्रत्येकाला मतदानाचे महत्त्व कळेल पण त्यावेळी वेळ निघून गेलेली असेल व शेवटी बटोगे तो कटोगे आहेच.

"एकमेका सहाय्य करू अवघे धरू सुपंथ" या दृष्टिकोनातून आपण समाजाचा विचार करू व त्याप्रमाणे काम करू. पुढे हाच समाज हिंदू राष्ट्र निर्मिती करता महत्त्वाचा घटक होईल. या प्रकरणाची सुरुवात आपण लेखक शिवाजी सावंत यांच्या मृत्युंजय कादंबरीतील वाक्यांनी केला. तेव्हा शेवटही त्यातील वाक्यांनीच करू या:

"जातिवंत अश्व कधीच खाली बसत नाही."

तेव्हा या वाक्यांनी प्रेरणा घेऊन प्रत्येक व्यक्तींनी हिंदू राष्ट्र निर्मिती होईपर्यंत स्वस्थ बसू नये व प्रयत्न करत रहावे. तेव्हा "तमसो मा ज्योतिर्गमय" म्हणजेच खरा: आत्मोद्धार.

१२.

स्वार्थ व परमार्थ

माझे गुरु जगद्गुरु शंकराचार्य श्री कल्याण सेवक महाराज - संकेश्वर पीठ यांच्या सहवासात मी दोन दिवस होतो. त्यावेळी मी त्यांना अनेक प्रश्न विचारले. पण एक प्रश्न माझ्या आवर्जून लक्षात आहे. तो म्हणजे *"स्वार्थ आणि परमार्थ यात काय फरक आहे?"*.

हा प्रश्न का विचारला हे मला माहिती नाही पण हाच प्रश्न माझ्या लक्षात राहिला व त्याचा संदर्भ मला आता लागला. श्री शंकराचार्यांनी खूपच छान उत्तर दिले. ते म्हणजे

"स्वार्थ आणि परमार्थ हे दोन्ही एकाच नाण्याच्या दोन बाजू आहेत".

एवढे बोलून ते थांबले व मी पण विस्तृत विवेचन करून सांगा असे म्हटले नाही व ते विचारण्याची पातळी पण मी गाठली नव्हती.

माझ्या गुरु माऊलींनी दिलेले उत्तर योग्यच होते. स्वार्थशिवाय परमार्थ साधताच येणार नाही. आपण प्रत्येक जण स्वार्थी आहोत. म्हणूनच जीवन व्यवस्थित जगत आहोत. उदाहरणार्थ आपण नोकरी करतो तर कशाकरता? तर पैसे मिळवण्याकरता. पैसे कशाकरता? तर कुटुंबाचे पालन पोषण करण्याकरता. या ठिकाणी पैसे मिळवणे स्वार्थ झाला व कुटुंबा करता खर्च करणे हा परमार्थ झाला.

स्वार्थ दोन प्रकारचे असतात एक स्वार्थ परमार्थाकडे घेऊन जातो तर दुसरा स्वार्थ अधोगतीला घेऊन जातो. परमार्थिक स्वार्थामागे काहीतरी त्याग असतो. स्वतः कष्ट करून मिळवलेले धन हा परमार्थिक स्वार्थ झाला. कष्ट करून मिळवलेला पैसा मनुष्य नेहमी चांगल्या मार्गाने खर्च करतो. म्हणजेच दानधर्म व इतर चांगल्या कामाकरता. आपल्या शास्त्रात असा नियम आहे की आपल्या कष्टाच्या कमाईतून सहवा हिस्सा हा दान धर्म व इतर धार्मिक कार्याकरता खर्च करावा.

दुसऱ्या स्वार्थात कोणताही त्याग नसतो किंवा कोणतेही कष्ट नसतात. म्हणजेच दुसऱ्याला लुबाडणे, भ्रष्टाचार वगैरे. कधी कधी आपल्याला अचानक धनलाभ होतो. तेव्हा ह्या पैशातून कमीत कमी चौथा हिस्सा दानधर्म व इतर धार्मिक कार्य करण्याकरता खर्च करावा. अन्यथा हा पैसा दवाखाना, जुगार व इतर कामाकरता खर्च होऊन माणसाची अधोगती होते.

परमार्थ साधणे म्हणजे सर्व काही सोडून देऊन हिमालयात जाणे नव्हे. तर जीवनातील सर्व स्वार्थ साधून जनकल्याणाकरता देह झिजविणे.

एका नातेवाईक महिलेने मला म्हटले की मी 'ह्यांच्याकरता' दररोज पंधराशे जप करते. 'ह्यांच्याकरता' का? संपूर्ण कुटुंबाकरता का नाही? माझ्या घराचे गोकुळ होऊ दे, माझ्या घरात सुख, शांती, आनंद नांदू दे. माझ्या घरात अन्नदान होऊ दे, यज्ञ याग होऊ दे, असा संकल्प का नाही. मोक्षाकरिता गुरु करायचा आणि षडरिपूला चिटकून राहायचे. ह्याला आपण परमार्थ म्हणणार नाही.

आज मतलबी स्वार्थ साधणारे अनेक लोक आहेत. त्यांना स्वार्थाशिवाय काहीही दिसत नाही. कलियुगात यांचे प्रमाण अतिशय वेगाने वाढणार आहे. त्याकरता चांगल्या व्यक्तींनी ईश्वरी आराधनेवर जास्त भर दिला पाहिजे. तुमच्या सभोवती जितका जास्त ईश्वरी शक्तीचा वास असेल तेवढे तुमचे संरक्षण कवच जास्त मजबूत होईल. जो ईश्वरी शक्तीपासून दूर गेला, त्याचा विनाश अटळ आहे. ईश्वरी शक्ती प्राप्त करण्याकरता ईश्वरी उपासना सुद्धा योग्य तऱ्हेने पाहिजे. अन्यथा आपण भरकटत जातो.

स्वार्थ म्हणजे संधी साधने. आलेल्या संधीचे सोने करणे. मला कोणते कार्य साधायचे आहे त्या अनुरूप प्रयत्न करणे. मग ती ईश्वरी आराधना सुद्धा असू शकते. आपण आपला स्वार्थ ईश्वरापासून साध्य केला तर त्यात काहीही अयोग्य नाही. पण त्यातील हेतू निर्मल व कल्याणप्रद असला पाहिजे. तुमचा स्वार्थ जर चांगला असेल तर ईश्वराला खालील गोष्टी जरूर मागा:

'जी काही सेवा केली ती गोड मानून घे'

'चूक भूल क्षमा कर'

'माझ्या हातून कोणतेही पाप होऊ देऊ नको'

'माझे सर्व दोष निवारण कर'

'सर्वांना सुखी ठेव'

तेव्हा योग्य व कल्याणकारी स्वार्थाची वाट धरून आपण आपले जीवन सुखमय व आनंदी करू. तेव्हा "ॐ असतो मा सद्गमय" म्हणजेच: आत्मोद्धार.

१३.

पैसा व प्रसिद्धी

कलियुगाच्या प्रारंभी राजा परिक्षित राजाने कलीला द्युत, मदिरा, व्यभिचार, हिंसा या ठिकाणी निवास करायला सांगितले. पण कलीने त्याला अजून एखादे ठिकाणी राहण्याची संमती मागितली. तेव्हा राजानी त्याला सुवर्णात राहायला सांगितले. "सुवर्ण" म्हणजेच धन. सोन्याबरोबर कली सर्व घरी दारी पोहचला. तसेच राहू-केतू सुद्धा कलीला मदत करतील अशी ईश्वरी रचना आहे. त्यामुळे कली, राहू व केतू हे प्रत्येक घरात जाऊन अधर्म माजवितात. प्रत्येक घरातून ईश्वराचे अस्तित्व नष्ट होत चालले. पैसा व सत्ता कशी मिळवायची. याचाच विचार सर्व दूर व्हायला लागला. कमी श्रमात जास्त पैसा कसा मिळेल. लवकरात लवकर मी धनवान कसा होईल. याचाच अट्टाहास प्रत्येक जण करायला लागला.

पैसे कमवायलाच पाहिजे. पण तो आपण कशा तऱ्हेने कमवतो व कशा तऱ्हेने खर्च करतो हे सर्वात महत्त्वाचे असते. पैसा हा कष्ट करून मिळाला पाहिजे. या पैशातून दानधर्म, समाजकार्य, धार्मिक कार्य केल्यावरच पैसा शुद्ध होतो. व हा पैसा आनंद, सुख, समाधान, शांती देत असतो. अशा पैशामुळे घराची भरभराट होत राहते. कोणतीही वस्तू वाया जात नाही किंवा संपत नाही. घरात अनेक शुभकार्य होतात, अन्नदान होते पण पैशाची उणीव जाणवत नाही. आपल्याजवळ पैसा नसतो पण कोणतेही काम अडत नाही किंवा थांबत नाही. गुरुचरित्रात पहिल्या अध्यायात एक ओवी आहे

नाही तुम्ही जरी, श्रीमंत नरहरी ।
महालक्ष्मी घरीं, नांदतसे ॥ १०१ ॥

श्री नृसिंह सरस्वती गुरुमाऊली संन्यासी आहेत. पण त्यांच्यासाठी महालक्ष्मी नेहमी हजर असते. याचाच अर्थ असा की

सदाचरणी लोकांजवळ नेहमी पैसा अदृश्य स्वरूपात असतो व ईश्वर त्यांना नेहमी सहाय्य करतो. या उलट सध्या पैसा, पद व प्रसिद्धी यांचा त्रिवेणी संगम झालेला दिसत आहे. प्रथम वाट्टेल तसा पैसा कमवायचा. भ्रष्टाचार, दुसऱ्यांना लुबाडणे किंवा वेठीस धरणे, माफियागिरी करणे हे सर्व करून खूप पैसा जमविणे. नंतर या पैशाच्या भरोशावर चांगले पद मिळविणे. नंतर प्रसिद्धीस येणे व नंतर हुकमत गाजविणे असा प्रकार सध्या सुरू आहे. वर्तमान काळात दोन कोटी रुपये जमविणे सोपे आहे पण दोन सद्गुनी मुले तयार करणे कठीण आहे.

वकील लोक खोट्या व्यक्तीची बाजू घेऊन लाखो रुपये कमवतात व सज्जन व्यक्तीला न्यायापासून दूर ठेवतात. डॉक्टर लोक रोग्याकडूनजास्तीत जास्त पैसा कसा वसूल करता येईल. याप्रमाणे औषधांची रचना करतात. खोटे गुरु महाराज आश्रमाच्या नावाखाली मोठमोठ्या इमारती बांधतात.

काही लोकांना पैसा कमावणे हाच विरंगुळा असतो. काही लोक देवा बरोबर देखील करार करतात. मला धंद्यात भरभराट येऊ दे मी तुला चांदीचे सिंहासन देईल. कोणी बालाजीच्या मंदिरात दोन लाख टाकतील म्हणजे त्यांना चार लाख फायदा होईल. काही लोकांना पैसा असून देखील माझा पैसा संपून जाईल अशी भीती वाटते. त्यांना कधीही सुरक्षित वाटत नाही. त्यामुळे ते म्हातारपणी देखील समाजकार्य न करता अनावश्यक पैसा कमवत बसतात.

काही लोक शिक्षण क्षेत्रातील पैसा खातात. नंतर शाळा कॉलेज पळवतात. हळूहळू दोन-चार शाळा कॉलेजेस झालेत की याला म्हणायचे शिक्षणात क्रांती झाली. नंतर हे गृहस्थ शिक्षण महर्षी होतात. काही दिवसांनी या कॉलेज व शाळेची वारसदारात हिस्से वाटणीहोते.

आमदार खासदार यांच्यासाठी पद पैसा व प्रसिद्धी नेहमीच मेहरबान असते. गुरुपुष्यामृत योग आला की एखादे चांगले काम किंवा धार्मिक कार्य सुरू करण्याऐवजी लोक सोन्या-चांदीच्या दुकानात गर्दी करतात.

या कलियुगात जे लोक खरोखरच समाजाकरता काम करतात व ज्यांना पैशाची किंवा प्रसिद्धीची हाव नसते. त्यांना अतिशय त्रास सहन करावा लागतो.

जे लोक खरोखरच धार्मिक असतात व मनापासून ईश्वरी सेवा करतात त्यांना सुद्धा समाज छळत असतो. भागवत ग्रंथात शुकाचार्यांनी कलियुगाची माहिती सांगून लोकांना जागरूक केले, त्याच भागवत ग्रंथावर प्रवचनकार अमर्याद पैसा कमावतात व स्वतःला महाराज म्हणवून घेतात. पुढे हेच लोक गुरु होऊन मंत्र दीक्षा देखील देतात.

कालांतराने याहिपेक्षा कठीण परिस्थिती येणार आहे. त्यामुळेच श्री ब्रह्मचैतन्य गोंदवलेकर महाराजांनी म्हटले आहे की "ईश्वराचे चरण घट्ट पकडून ठेवा". तरच तुमचा निभाव लागेल. त्यामुळे प्रत्येकाने आपल्या घरात ईश्वरी अधिष्ठान निर्माण करावे. संध्या, पूजा, कुळ, कुलाचार भक्ती पूर्वक करावे. तेव्हा यालाच म्हणता येईल: आत्मोद्धार!

१४.

सुख आणि दुःख

नागपूरला शिकत असताना एक दिवस घरात मला कोणीतरी काहीतरी बोलले. मला खूप वाईट वाटले व मन हलके करण्याकरता घराच्या बाहेर फिरायला निघालो. सकाळची वेळ होती. मी गिरीपेठ पासून धरमपेठ कडे निघालो. गिरीपेठचा नाला ओलांडून धरमपेठ मध्ये आलो. तेव्हा हॉटेलच्या रेडिओ वरती गाणे सुरू होते. "काहे मनवा दुख की चिंता क्यों सताती हैं दुखतो आपना साथी है". ते गाणे ऐकून थोडे वाईट वाटले. तेथूनच मी घरी परतलो. पण आज या घटनेची दखल घ्यावीशी वाटली. सर्वात आश्चर्याची गोष्ट म्हणजे नेमक्या वेळेला हेच गाणे कसे लागले? काय नियतीशी आपल्या जीवनाचे तार जोडलेले असतात? काय नियतीच दुःख निर्माण करते व नियतीच आपल्याला समजवायला अशी घटना घडविते? एवढेच नाही तर हे सुद्धा सांगते की अरे हे दुःख तर काहीच नाही. पुढे तुला याच दुःखाची जीवनभर सोबत करायची आहे. यापेक्षा सुद्धा मोठ्या दुःखाच्या मार्गावरून तुला चालायचे आहे. दुःख उगाळत बसशील तर प्रारब्धाचे भोग कसे संपवशील? तेव्हा मार्गाला लाग! उन्हाच्या चटक्याबरोबर सावली सुद्धा येत असते.

सुखामागे दुःख धावते व दुःखामागे सुख धावते. असा सुखदुःखाचा प्रवास आपल्या जीवनात सुरू असतो. तेव्हा सुखामुळे कोणीही हुरळून जाऊ नये व दुःखामध्ये कोणीही होरपळून जाऊ नये. दोन्ही वेळेला संयम महत्त्वाचा आहे.

महाभारत युद्ध संपले त्यावेळी श्रीकृष्णाने कुंतीला म्हंटले *"आत्या तू आयुष्यभर दुःखच भोगले. तेव्हा तू माझ्याकडून काहीतरी मागून घे".* तेव्हा कुंतीने श्रीकृष्णाला मागितले *"मला पुढील जन्मी सुद्धा दुःखच दे. कारण दुःखात ईश्वराचे स्मरण होते".* आपण नेहमी ईश्वरा जवळ असतो व ईश्वर आपल्याजवळ. दुःखामुळेच तू आम्हाला प्राप्त झाला.

तेव्हा दुःखात कोलमडून जाऊ नये. दुःखामुळे ईश्वराशी नाते जोडले जाते. काही लोकांच्या कुंडलीत दुःखच लिहिलेले असते. "दुख

तो आपना साथी है" या ओळीनुसार तो कधी सुखी होऊच शकत नाही. काही लोकांच्या कुंडलीत प्रलोभनाचा योग असतो. व्यक्ती प्रलोभनाचा बळी ठरला की दुःख आपला कार्यभाग साधतो.

आज सुखाची धारणाच वेगळी आहे. सुख म्हणजे पैसा. प्रगती म्हणजे पैसा. यश म्हणजे पैसा. आपण बक्कळ पैसा कमावू, चांगल्या आलिशान बंगल्यात राहू. सर्व सुख सोयी अनुभवु व आनंदाने राहू. अशी मनाशी कल्पना करून व्यक्ती खूप पैसा कमवायला लागते. त्यात व्यायाम, चांगले जेवण, योग्य दिनचर्या, आनंदी वातावरण याकडे दुर्लक्ष होते. एक दिवस थकून तो कोलमडून पडतो. तो बीपी शुगर किडनी या आजाराने ग्रासला जातो व पुढे त्याला काहीही हातात लागत नाही.

एक धोबी असतो. त्याचे एक गाढव असते. गाढवावर कपडे ठेवून तो धोबी घाटावर जाणे येणे करतो. पण गाढव काही लवकर चालत नाही. नंतर धोबी गाढवाच्या तोंडासमोर एक गुळाची भेली लटकवतो. गुळाची भेली पाहून गुळ खायला गाढव धावत सुटतो. पण ती भेली काही त्याच्या तोंडापर्यंत पोहोचत नाही. गुळाच्या भेलीमागे धावता धावता तो थकून कोलमडून पडतो. अशा तऱ्हेने सुखासाठी पैशाच्या मागे धावता धावता एक दिवस व्यक्ती कोलमडून पडतो. तेव्हा पैशाने सुख मिळत नाही. तर समाधानी व संतुष्ट राहूनच मनुष्य सुखी होऊ शकतो. जर केवळ पैशाच्या मागे धावत सुटलो तर तारुण्य व चांगले म्हातारपण दोन्ही गमावून बसतो.

म्हातारपणचे सुख देखील तुम्ही समाजात वयाच्या ४०-७० वर्षापर्यंत कसे वागलात? यावर अवलंबून आहे. आपली मुले, आई-वडील, जवळचे नातलग व आपल्या सभोवतालचा समाज यांच्यासाठी आपण काय केले? यावर सुद्धा आपले म्हातारपणचे सुख अवलंबून असते.

सुख म्हणजे आळशी बनणे नाही. सकाळच्या दहा वाजल्याशिवाय उठायचे नाही. काम दुसऱ्यावर ढकलणे. वेळ काढू पणा करणे हे सुख नव्हे तर दारिद्र्याचे लक्षण आहे.

सुखदुःख हे आपल्या कर्माप्रमाणे मिळत असते. दुःखामध्ये 'अमुक व्यक्तीमुळेच किंवा अमुककारणामुळेच मला दुःख प्राप्त झाले' हे म्हणणे गैर आहे. जो नेहमी कामात असतो, कष्ट करतो, दुसऱ्याला मदत

करतो. त्याला सुखाचा किंवा दु:खाचा विचार करायला वेळच मिळत नाही तो आपल्या कामात तल्लीन असतो.

एकदा एक प्रवचनकार अमरावतीला आले. त्यांच्या जाहिरातीच्या बोर्डवर लिहिले होते. माझ्या "प्रवचनाला येताना आपण आपले दु:ख सोबत घेऊन यावे. व जाताना सुख आणि आनंद घेऊन जावे." हे कसे शक्य आहे. केवळ उपदेशाने किंवा उपायाने दु:ख जाणार आहे का निश्चितच नाही. कारण सुखदु:ख हे प्रत्येकाच्या कर्माचा भाग आहे.

आपल्या घरातील परंपरागत देवधर्म न पाळणे हे दु:ख निर्माण करण्याकरता फार मोठे कारण आहे. आपल्या देवधर्माला नावे ठेवणे. देवावर कोट्या करणे, विनोद करणे हे आपल्या अधोगतीला कारणीभूत होऊ शकतात व आपण कायमचे दु:खी होतो.

सुखामध्ये मस्ती किंवा अहंकार होणे खूप महागात पडते. कधी कधी जीवावर सुद्धा बेतते. सुख असो वा दु:ख नेहमी नम्रतेने राहणेच योग्य असते. 'सुखदु:खे समे कृत्वा' या गीतेतल्या श्लोकाप्रमाणे आपण आपल्या जीवनाचा मार्ग आचरणात आणू व 'ठेविले अनंते, तैसेची राहावे, चित्ती असू द्यावे, समाधान' या श्री संत तुकाराम महाराजांच्या अभंगानुसार आपण जीवन जगू या. यालाच म्हणता येईल: आत्मोद्धार!

१५.

गाय

अमरावती जिल्ह्यात भंडारज नावाचे खेडे-गाव आहे. त्या ठिकाणी नोकरीकरिता मी दोन वर्षे होतो. गावात साधे संडासही नव्हते. नेहमीप्रमाणेच उघड्या नाल्या होत्या. हे सर्व असताना देखील त्या गावात डास नव्हते. हे एक आश्चर्य होते. बरेच दिवस मी या गोष्टीचा विचार करत होतो. तेव्हा असे आढळले की त्या गावात म्हशी फारच कमी होत्या. संकरित व जर्सी गायी नव्हत्या. तर प्रत्येक तीन चार घरामागे कमीत कमी एक गोमाता होती व गो वंशच जास्तीत जास्त होता आणि गाईच्या शेण व गोमूत्रामुळे त्या ठिकाणी डास नव्हते.

गोमाता म्हणजे देशी गावरान गाय. जी दिसायला लहान असते. अर्धा ते एक लिटर दूध देते. कोणतेही घाणेरडे पदार्थ खात नाही. जिला खांदा असतो. अशी गोमाता तिचे शेण व मूत्र म्हणजे औषध असते. हिच्या दुधात शक्ती असते. तिचे बैल शेतीच्या उपयोगाचे असतात. ज्या घरात तिचे अस्तित्व आहे त्या ठिकाणी निरोगी वातावरण सुख शांती व समाधान असते. पण या कलियुगात पैशाला खूप महत्त्व प्राप्त झालेले आहे. सर्व पैसा दवाखाना व हॉटेलमध्ये गेला तरी चालतो. पण खूप पैसा मिळालाच पाहिजे आणि हा पैसा देणारी गाय म्हणजे संकरित किंवा जर्सी गाय. ही गाय शरीराने भक्कम असून वीस ते पंचवीस लिटर दूध देते व काहीही खाते. हिचे शेण व गोमूत्र हे घाणेरडे असून त्यापासून रोगराई होते. पण भरपूर पैसे देते. त्यामुळे लोकांनी गोमातेला भाकड म्हणून कसायाच्या हवाली केले व या कलियुगातील पैसा देणारी संकरित गाईला जवळ केले. या गाईला दुधापेक्षा पैसा देणारे जनावर म्हणायला काहीही हरकत नाही. हिला गोमाता किंवा गाय म्हणणे योग्य होणार नाही. तेव्हा ज्या व्यक्तीला निरोगी वातावरण सुख शांती आनंद समाधान पाहिजे असेल. त्यांनी देशी गावरानी जिला खांदा आहे अशी गोमाता आपल्याजवळ करावी व ज्याला शक्य असेल त्यांनी एक तरी गोमाता आपल्या घरी ठेवावी यालाच म्हणता येईल: आत्मोद्धार

|| कर्मयोग ||

१६.

भक्ती

Devotion to your duties is bhakti-yoga, sincerely performing your duties is karma-yoga, knowledge of your duties is dhnyan-yoga, when you are performing your duties with devotion and honestly that increases your knowledge that is dhyan-yoga.

भक्ती असणे आणि भक्ती करणे यात पुष्कळ फरक आहे. भक्ती असणे ही फक्त श्रद्धा आहे. पण भक्ती करणे यात भक्ती, कर्म, ज्ञान हे तिन्ही येतात. अनेक लोक म्हणतात आम्ही भक्ती मार्गी आहोत. म्हणजे काय की एखादा गुरु महाराज पाहायचा व त्यांनी दिलेला मंत्र जपत बसायचा. पण तो मंत्र आपल्यासाठी योग्य आहे का याचा कोणताही विचार ही व्यक्ती करीत नाही. याला केवल भरकटने म्हणतात. यात ना कर्म असते, ना भक्ती असते, ना ज्ञान. आपण कोणत्या देवतेचा मंत्र जपतो हे सुद्धा महत्त्वाचे आहे. मंत्र हे सात्विक वृत्तीचे, राजसिक वृत्तीचे व तामसिक वृत्तीचे असतात. तांत्रिक मांत्रिक हे तामसिक मंत्र देतात. ते भूत पिशाच्च करणीवगैरे संबंधित मंत्र देत असतात. दानव, यक्ष यांचे मंत्र राजसिक असतात. देवी देवतांचे मंत्र हे सात्विक वृत्तीचे असतात. तेव्हा आपला मंत्र योग्य आहे किंवा नाही याचे परीक्षण करावे.

कलियुगात फक्त नामस्मरण सांगितले आहे. याचा अर्थ आपण आपली नित्य पूजा-अर्चना सोडून द्यावी असे मुलीच नाही. उलट संध्या पूजा केल्याशिवाय तुम्हाला कोणत्याही उपासनेचे फळ मिळत नाही. तसेच देव, पीतर व पंचमहाभूते ह्या सर्वांचीच पूजा अर्चना व्हायलाच पाहिजे.

एकदा बँकेत काम करीत असताना एक परिचयाचे गृहस्थ बँकेत त्यांच्या कामाकरता आले. त्यांचे काम करीत असताना ते म्हणाले 'देशपांडे मला पूजा करणे फार आवडते' मी म्हणालो फार चांगली गोष्ट आहे. नंतर ते हळूच म्हणाले 'पण दुसऱ्यांनी केलेली'. मी त्यांच्याकडे पाहतच राहिलो. मी मनात म्हंटले 'इथेच खरी बोंब आहे'.

याला आपण भक्ती करणे म्हणणार नाही. तर ती केवळ श्रद्धा आहे - म्हणजेच भक्ती असणे.

माझी पत्नी काही कारणास्तव दवाखान्यात भरती होती. त्यावेळी देवीचे नवरात्र सुरू होते. दुपारच्या वेळेला एक मुलगी हॉस्पिटलमध्ये संडास बाथरूम स्वच्छ करायला आली. माझे सहज लक्ष गेले तर तिच्या पायात चप्पल वगैरे काहीच नव्हते. मी तिला विचारले चप्पल बूट का नाही घातले. तेव्हा तिने उत्तर दिले *देवीच्या नवरात्राचे उपास सुरू आहेत, नवरात्रात चप्पल घालत नाही.'* मला तिचे खूप कौतुक वाटले. याला म्हणतात भक्ती करणे. ती घाणेरड्या जागी काम करत होती. पण देवीच्या भक्ती पुढे तिला कोणत्याही रोगराईची भीती वाटत नव्हती. एकीकडे नऊ दिवसाचे उपवास व त्यात पायात चप्पल नाही. यालाच म्हणता येईल ज्ञान आणि वैराग्याचा संगम. या ठिकाणी ती भक्ती करीत होती व कर्म ही करत होती यालाच आपल्याला म्हणता येईल भक्ती करणे.

केवळ माळ जपण्याव्यतिरिक्त ईश्वरी सेवा किंवा सामाजिक सेवा हा सुद्धा भक्तीयोग आहे. एखाद्या देवळात किंवा आपल्या घरी सुद्धा देवाची भांडी घासणे. स्वच्छता करणे. ही सुद्धा भक्ती आहे. एखाद्या वृद्धाश्रमात जाऊन त्यांच्यासाठी सेवाभावी कार्य करणे. ही सुद्धा भक्ती आहे.

भक्ती वर्णाश्रमानुसार बदलत असते. ब्राह्मणाला संध्या पूजानैवैद्य व त्याचे इतर ब्रह्म कर्म करणे हे अनिवार्य आहे. ते त्याचे कर्म आहे. ती भक्ती होत नाही. हे कर्म न केल्यास त्याला दोष लागतात. दैनंदिन ब्रह्मकर्माच्या व्यतिरिक्त त्यांनी इतर ईश्वरी भक्ती केली तर ती भक्ती होते. दलित समाजाने केवळ देवाला हात जोडले तरी ती फार मोठी भक्ती होते. कारण दलित समाजाचे काम स्वच्छता करणे हे आहे. एवढ्या घाणेरड्या वातावरणात राहून त्यांनी देवाचे स्मरण करणे म्हणजे फार मोठा पुण्याचा साठा स्वतःसाठी करून ठेवला असे समजावे. कारण स्वच्छता केल्याशिवाय कोणीही रस्त्यावरून चालू शकत नाही.

आपल्या शास्त्रात नवविधा भक्ती सांगितली आहे भजन कीर्तन, प्रवचन, श्रवण, असे नऊ प्रकार भक्तीचे आहेत. पण कलियुगात दहावी भक्ती पण उदयास आली आहे. ती भक्ती म्हणजे लाऊड स्पीकर

किंवा टेप रेकॉर्डर. या शिवाय देवाची भक्तीच होत नाही. कोणताही कार्यक्रम असला की सकाळी पाच वाजल्यापासून देवाच्या नावाने ओरडणे सुरू होते. काकड आरती ही कर्कश आरती झाली आहे. मशिदीच्या अजान पेक्षा या काकड आरतीचा जास्त त्रास होतो. एका गृहस्थानी नवीन डीजे आणला व त्याची सुरुवात चतुर्थीला गणपतीच्या देवळात केली. डीजेच्या आवाजाला भिऊन माझ्यासारख्या काही लोकांनी देवळाच्या फाटकापासूनच दर्शन घेऊन पलायन केले. या भक्तीमुळे असे वाटायला लागले की देव अंतकरणातला आवाज ऐकत नाही. तो आवाज त्याला ऐकूच येत नाही. त्याला कर्कश आवाजानेच जाग येते. काही ठिकाणी नामजपाची कॅसेट लावण्यात येते. कॅसेट जप करीत बसते. अशा आवाजानी आपण आपलेच मानसिक संतुलन गमावून बसतो. काही ठिकाणी ब्राह्मणांचे मंत्र सुरू असतात. या मंत्रांनी वातावरण शुद्ध होते. पण त्यावेळी जर स्पीकर लावला तर त्या मंत्राचा प्रभाव नष्ट होतो. ब्राह्मणाचे मंत्र, आपल्या आवाजातील स्तोत्र किंवा भक्तीपूर्वक पूजा किंवा भजन यात आपल्या अंतःकरणापासून निघालेले शब्द असतात. हे शब्दच देवाची भक्ती होय व त्याचे फल चांगलेच असते.

तेव्हा आपण आपले तन व मन लावून देवाची भक्ती करू व धनरूपी कलीला दूर ठेवू. म्हणजेच आत्मोद्धार

कर्म सिद्धांत

आपली भारतभूमी ही कर्मभूमी आहे व इतर सर्व भूमी ही भोग भूमी आहे. त्यामुळे ज्याचा जन्म भारत भूमीत होतो तो अतिशय भाग्यवान असतो. आयुष्यात स्वतःसाठी चांगले कर्म करून तो मोक्षप्राप्ती करून घेतो. त्यामुळे प्रत्येक भारतीय नागरिकाकडून चांगल्या कामाची अपेक्षा असते. पण आज कलियुगाच्या या झंझावातात मनुष्य आपले चांगले गुण व चांगले कर्म गमावून बसला आहे व तो सुद्धा लाचलुचपत, भ्रष्टाचार, अनैतिक वर्तन ह्याच्या आहारी गेला. देवधर्म, राष्ट्रधर्म, सुसंस्कार यांच्याशी त्याचे काहीही देणे घेणे नाही. केवळ आपला स्वार्थ पाहायचा. स्वार्थ साधता साधता त्याचा व त्याच्या घराचा केव्हा विनाश होतो हे त्यालाही कळत नाही. आपले कर्मच आपल्याला विनाशाकडे घेऊन जाते तसेच मोक्षाकडेही घेऊन जाते. आपल्या जीवनात धर्म, अर्थ, काम, मोक्ष हे महत्त्वाचे घटक आहेत. धर्माप्रमाणे अर्थ मिळवणे तसेच धर्माप्रमाणे कर्म करणे तरच मोक्षाकडे वाटचाल होते.

सृष्टी मधील प्रत्येक जीव हा कर्माधिन असतो. मनुष्य देह सुद्धा कर्माधीन असतो. कर्म हे सतत होतच राहते. कर्म म्हंटले की कर्मफळ हे आलेच. काही कर्माचे फळ वर्तमानातच मिळते. पण काही कर्म असे असते की त्याचे फळ पुढील जन्मी भोगावे लागते किंवा पुढील जन्मी मिळते. यालाच म्हणतात कर्मवीपाक. ज्या कर्माचे फळ पुढील जन्मी मिळते त्याला संचित कर्म म्हणतात. ज्या कर्माचे फळ पुढील जन्मी पण मिळत नाही ते दोन-तीन जन्मानंतर मिळते त्यालाच प्रारब्ध म्हणतात. जेव्हा आपण जन्माला येतो त्यावेळी आपल्या सोबत संचित कर्म किंवा प्रारब्ध याचा जवळ जवळ ३० टक्के भाग असतो व जवळ जवळ ७० टक्के भाग वर्तमान कर्म असते. त्याप्रमाणे आपली पुढील जीवनाची घडी नियंत्रित केली जाते. आपल्याला वर्तमान कर्म चांगले करून मागील संचित कर्म सुद्धा चांगले करावे लागते व पुढील जन्मासाठी चांगले कर्म साठवून ठेवावे लागते. या कलियुगात पुण्याचा

साठा जमवून ठेवणे एवढे सोपे नाही. त्यासाठी आपल्याला यम-नियम, आचार- विचार व आहार-विहार तसेच ध्यान-धारणा याचे अनुसरण करावे लागते.

आपल्या ऋषीमुनींनी सृष्टी व देवी देवता यांच्या बाबतीत सखोल अभ्यास करून मानवी कल्याणाकरता सविस्तर विवेचन केले आहे. ते खालील प्रमाणे आहे.

यम: यम म्हणजे संयम किंवा निश्चय. एखादे व्रत पूर्णत्वास नेण्याचा संकल्प.

नियम: काय करावे याबहल नियम उदाहरणार्थ प्रत्येक व्यक्तीने एकादशी केलीच पाहिजे.

आचार: आचरण शुद्ध असावे दररोज आंघोळ करणे. पूजा करणे.

विचार: आपल्या मनात नेहमी चांगले विचार यावेत. या करता मन चांगल्या कामात किंवा देव धर्मात गुंतवावे. दुसऱ्याबहल राग द्वेष नसावा. कारण आपण एखाद्या बहल वाईट विचार केला तर तोच विचार दुप्पट वेगाने आपल्यावर येऊन आदळतो.

आहार: आहार नेहमी सात्विक व सुसंस्कारीत असावा, आहारामुळे आपल्या विचारावर व बुद्धीवर परिणाम होतो.

विहार: नेहमी चांगल्या व्यक्तीच्या सोबत आपण राहावे. वाईट व्यक्तीची सोबत आपल्यासाठी घातक ठरू शकते.

ध्यान: दररोज पंधरा-वीस मिनिटे एकचिताने ईश्वराचे ध्यान करावे.

धारणा: आपली बुद्धी चांगल्या दिशेने जाईल त्यासाठी चांगले मनन व चिंतन केले पाहिजे. चांगले वाचन केले पाहिजे. आपल्या देव धर्माला तडा जाईल असे साहित्य वाचू नये. तेव्हा आपण आपल्या चांगल्या कर्मानी आपले कल्याण करून घेऊ. म्हणजेच: आत्मोद्धार!

१८.

प्रारब्ध

श्री नृसिंह सरस्वती स्वामी महाराजांच्या गुरुपरंपरेतील गुरु श्री विद्यारण्य श्रीपाद मुनी हे पूर्वाश्रमी हम्पी-कर्नाटक येथे राहत होते. ते अतिशय गरीब होते. आपले दारिद्र्य दूर व्हावे. याकरता त्यांनी जवळ-जवळ दहा वर्षे श्रीसूक्ताचे पाठ केले. त्याची अनेक पुरश्चरणे केली. पण त्यांच्यावर ना महालक्ष्मी प्रसन्न झाली, ना त्यांचे दारिद्र्य दूर झाले. शेवटी जीवनाला कंटाळून त्यांनी संन्यास घेतला. एक दिवस ध्यानात असताना त्यांना आवाज आला 'विद्यारण्या' त्यावेळी विद्यारण्य महामुनींनी प्रति आवाज दिला 'कोण आहे? त्यावेळी परत आवाज आला 'मी महालक्ष्मी' तेव्हा विद्यारण्यांनी सांगितले की मला तुझे दर्शन घ्यायचे नाही. मला तुझी गरज नाही. मी आता संन्यास घेतला आहे.' तेव्हा महालक्ष्मी देवीने म्हटले 'ठीक आहे. तुला दर्शन घ्यायचे नाही तर नको घेऊ. पण तू तुझ्या जरा मागे वळून पहा.' तेव्हा विद्यारण्यांनी मागे वळून पाहिले तेव्हा त्यांना दिसले की सात डोंगरावर आग लागलेली आहे व ते जळत आहे. तेव्हा विद्यारण्यांनी देवीला विचारले 'हे काय आहे?' त्यावेळी देवीने सांगितले 'विद्यारण्या हे तुझ्या पापांचे डोंगर आहेत व ते जळत आहेत. तुझ्या तपानी व संन्यासामुळे तू पापमुक्त झालास. तू ज्यावेळी माझी भक्ती सुरू केली तेव्हाच मी तुला भेटायला निघाली. पण हे डोंगर ओलांडता ओलांडता मला एवढा काळ लागला.' तेव्हा विद्यारण्य देवीसमोर नतमस्तक झाले व तिला अपराधा बहल क्षमा मागितली. तेव्हा देवीने म्हटले 'मी तुझ्यासाठी काय करू? मी तुझ्यावर प्रसन्न आहे. मला काहीतरी मागून घे. तेव्हा विद्यारण्यांनी म्हटले माते मी तर संन्यास घेतला आहे. तेव्हा मला काहीही नको. पण हम्पीत खूप लोक गरीब आहेत. यांची गरीबी दूर व्हावी म्हणून काही वेळ सोन्याच्या मोहरांचा पाऊस पडू दे' तेव्हा देवीने थोडा वेळ सोन्याच्या मोहरांचा पाऊस पाडला. असे म्हणतात की आजही हम्पीमध्ये जमिनीत सोने सापडते.

ईश्वरासमान गुरुपरंपरेतील गुरुचे एवढे पातक होते जे त्यांच्या संन्यास धर्मामुळे गेले तर आपल्यासारख्या सामान्य माणसाची काय गत होईल हे लक्षात घेऊन प्रत्येकाने आपले पुढील जन्माचे प्रारब्ध कसे चांगले होईल याकरता प्रयत्न करायला पाहिजे.

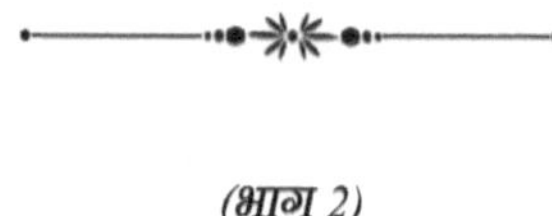

(भाग 2)

ज्या ठिकाणी प्रयत्न संपतात त्या ठिकाणी प्रारब्ध सुरू होते. त्यामुळे प्रत्येकाने शेवटच्या क्षणापर्यंत प्रयत्न करायला पाहिजे. कोणतीही समस्या आली तर हे प्रारब्धाचे भोग आहेत म्हणून चूप बसू नये तर ती समस्या निराकरण करण्याकरता प्रयत्न करायला पाहिजे. तसेच ईश्वरी कृपेने अनेक समस्यांचे निराकरण होते. ईश्वरी सेवा कधीच वाया जात नाही. त्याचे फळ या जन्मात नाही तर पुढच्या जन्मात सुद्धा मिळू शकते. आपले स्वतःचे दोष ओळखून ते नष्ट करण्याचे प्रयत्न करणे, प्रत्येकाप्रती आपली जबाबदारी ओळखून समाजात चांगले कामे करणे, आपल्या कष्टाच्या कमाईतून कमीत कमी दहा टक्के भाग दानधर्म व देवधर्मासाठी खर्च करणे. आहे त्यात समाधान मानून भ्रष्टाचार किंवा फुकटचा पैसा न घेणे. याद्वारे तुमच्या पुण्याचा साठा वाढवून पुढे तुमचे प्रारब्ध चांगले होऊ शकते. आपल्या छोट्याशा मदतीमुळे दुसऱ्या व्यक्तीचे प्रारब्ध चांगले होऊ शकते. तसेच एखाद्याच्या मदतीमुळे आपले सुद्धा प्रारब्ध चांगले होऊ शकते.

श्रीदत्तगुरु अशी देवता आहे की आपल्या भक्तासाठी ते प्रारब्धातील भोग सुद्धा कमी करू शकतात किंवा मागील कोणत्यातरी जन्मातील पुण्य या जन्मी वापरू शकतात. किंवा पुढील जन्मातील काही भाग या जन्मी वापरू शकतात.

प्रारब्ध म्हणजे विनाशकाले विपरीत बुद्धी. ज्यावेळी प्रारब्ध भोगायची वेळ येते तेव्हा त्या व्यक्तीला कितीही चांगला सल्ला दिला तरी ती व्यक्ती आपल्या मतानेच वागेल. जेव्हा प्रारब्ध भोगायचे दिवस येतात. त्यावेळी ती व्यक्ती ठरलेल्या ठिकाणी बरोबर जाते. एवढेच नाहीतर त्या

व्यक्तीला सहाय्यभूत असणाऱ्या देवी देवता पासून सुद्धा त्याला दूर करण्यात येते. अशावेळी त्या व्यक्तीने आपले नियमित कर्म व नामस्मरण करत रहावे व ते सोडू नये.

प्रारब्धापुढे देवी देवता सुद्धा हतबल होतात. तेव्हा माझे सर्वच चांगले होणार ही भावना सोडून देऊन ईश्वरी भक्ती करावी. जेव्हा ग्रहदशेचा फेरा येतो तेव्हा व्यक्तीची मती भ्रष्ट होते व ती आपली इष्ट देवता सोडून देऊन अन्य देवताकडे जाते व वाईट ग्रहदशा आपले काम करते. जेव्हा वाईट दिवस येतात तेव्हा देवी देवता सुद्धा शांत असतात. त्या आपल्याला सहाय्यभूत राहत नाही. तेव्हा आपला धीर न सोडता आपल्या कुलदेवता व इष्टदेवतेवरचा विश्वास ढळू न देता त्यांची सेवा करत राहावी. विनाकारण भरकटू नये. तेवढा काळ गेला की तुम्हाला चांगले दिवस येतात. या कलियुगात तुम्ही ईश्वरापासून केव्हा दूर व्हाल हे तुम्हालाही कळणार नाही. तेव्हा आपल्या प्रारब्धाकरता ईश्वराचे चरण घट्ट पकडून ठेवा. व करा: आत्मोद्धार!

१९.

ज्ञान

महाभारत युद्ध संपल्यानंतर अर्जुन, भीम, नकुल, सहदेव ह्या पांडव पुत्रांनी श्रीकृष्णाला विचारले की देवा कलीयुग येणार आहे म्हणजे काय होईल. तेव्हा श्रीकृष्णानी चारही पांडवांना चार दिशेला जायला सांगितले व सांगितले की तुम्हाला जे काही विचित्र घटना दिसेल ती मला येऊन सांगा. अर्जुन एका दिशेला गेला. बरेच दूर गेल्यावर एका ठिकाणी एक सुंदर रंगीबेरंगी पक्षी दिसला. त्याच्या पंखावर वेदाची ऋचा लिहिलेली होती. पण तो सशाचे मास खाऊन राहिला होता. हे काहीसे विचित्र वाटून अर्जुन परत आला. व देवाला हा प्रकार सांगितला. तेव्हा श्रीकृष्णानी त्याला सांगितले की कलियुगात असे ज्ञानाचे प्रदर्शन करणारे खूप मिळतील पण त्यांची कृती वेगळीच राहील.

भक्ती, कर्म, ज्ञान हे कर्म सिद्धांताचे मुख्य घटक आहेत. भक्ती करताना कर्म व ज्ञान आवश्यक असते. तसेच कर्म करतानासुद्धा भक्ती व ज्ञान यांची आवश्यकता असते. केवळ ज्ञान हे भक्ती व कर्माशिवाय अपूर्ण असते. जेव्हा ज्ञानाला वैराग्याची साथ मिळते. तेव्हा मनुष्य परमार्थाकडे वळतो. ज्ञान म्हणजे आनंदी व समाधानी मनाची स्थिरता व बुद्धीचा विकास. ज्ञानी मनुष्य आनंदी व समाधानी राहतो. वैराग्य म्हणजे उपवास, दानधर्म करणे; व्रते करणे, वासनेवर संयम ठेवणे या सर्वांमुळे व्यक्तीची अध्यात्मिक शक्ती वाढते व पुढे ती व्यक्ती ईश्वराकडे आकर्षित होते.

ज्या ज्ञानाला भक्ती व कर्माची साथ नसते व केवळ पुस्तकी विद्या असते. अशा ज्ञानाला काहीही अर्थ नसतो. ज्या ज्ञानाला वैराग्याची जोड नसते. असे ज्ञान व्यक्तीला अधोगतीला घेऊन जाते. सध्या ज्ञानाचा उपयोग केवळ पैसा कमावण्या करताच होतो. आजचा तरुण वर्ग पैसा कमावणारी मशीन बनला आहे. असे ज्ञान व्यक्तीचा व संपूर्ण घराचा विनाश करते. ज्ञान म्हणजे काय करायचे व काय नाही करायचे हे आपल्या सद्सद्विवेकबुद्धीने ठरविणे. ज्ञानाला ईश्वरी साथ मिळाली तरच

तुमचा निर्णय योग्य राहील. अन्यथा तुम्ही संकटाला जवळ कराल. प्रत्येक व्यक्ती ही ज्ञानी असतेच. कारण ज्ञानाशिवाय कर्म होऊच शकत नाही. फक्त बुद्धीची पातळी कमी जास्त असते. एखादा अडाणी निरक्षर व्यक्ती देखील खूप काही ज्ञान सांगून जातो. पूर्वीच्या काळी काही उच्चवर्णीय लोकांनाआपल्या वर्णाचा व आपल्या ज्ञानाचा खूप गर्व होता. अहंकारात ते इतर समाजातील लोकांना तुच्छ लेखून ते अतिशय हिन दर्जाची वागणूक देत असत. तेव्हा श्रीपाद श्रीवल्लभांनी उच्चवर्णीयांना श्राप दिला की १००० वर्षानंतर इतर समाज उच्चवर्णीयावर राज्य करतील व अधिकार गाजवतील. या समाजाला मानाची वागणूक द्यावी लागेल व आज तसेच दिसत आहे. जे दत्तभक्त आहेत त्यांनाच इतर समाजाचा त्रास कमी होतो.

पुरुषसूक्त मध्ये दिलेले आहे की ब्राह्मण हे परमेश्वराच्या मुखातून निर्माण झाले. व अंत्यवर्ग हे परमेश्वराच्या पायातून निर्माण झाले. पण आपण त्या चरणाच्या पाया पडतो. व ईश्वराने अंत्य वर्णीयांना योग्य न्याय दिला. ईश्वराला चारही वर्ण सारखेच आहेत. त्यामुळे कोणीही आपल्या ज्ञानाचा गर्व करून दुसऱ्याचा द्वेषकरू नये. किंवा हिन लेखू नये. प्रत्येक व्यक्तीला त्याच्या कुवतीप्रमाणे ज्ञान असतेच.

श्री संत श्रेष्ठ ज्ञानेश्वरांनी संपूर्ण वेदच ज्ञानेश्वरीत आणले व सामान्य जनाकरिता प्राकृत भाषेत वेद रूपांतरित केले. श्री सोनपंत दांडेकराकडे एकदा एक निरक्षर मनुष्य गेला व म्हणाला मला ज्ञानेश्वरी वाचायची खूप इच्छा आहे पण मला वाचता येत नाही. तेव्हा मी काय करू. तेव्हा श्री दांडेकरांनी सांगितले तू ज्ञानेश्वरीचे पारायण कर व वाचताना फक्त अक्षरावरून बोट फिरव. तेव्हा त्या गृहस्थानी तसेच केले. असे म्हणतात की ज्ञानेश्वरांच्या कृपेने त्या गृहस्थाला ज्ञानेश्वरी पाठ झाली. तेव्हा आपण असे म्हणू या की निस्वार्थ वृत्तीने जो ज्ञान प्राप्त करतो तो चांगल्या प्रकारे परमार्थ साधू शकतो.

खरे ज्ञान बालवयापासूनच सुरू होते. लहानपणापासून मुलांना योग्य संस्कार व आपल्या संस्कृतीचे शिक्षण देण्यात येते. पुढे हीच मुले देशाचा आधारस्तंभ होतात. पण सध्या कलियुगात ज्ञान आणि पैसा यांचा खेळ खंडोबा होत आहे. ज्ञानी होणे म्हणजे जास्तीत जास्त पैशाचे मशीन बनणे अशी संकल्पना तयार झाली.

भक्ती, कर्म, ज्ञान, वैराग्य व विज्ञान यांचा मेळ बसवूनच मनुष्य आपली प्रगती करू शकतो अन्यथा नाही. एखाद्याने म्हटले की मी खूप शिकला आहे किंवा मी खूप पैसा मिळविला आहे. मला देव धर्म व अध्यात्मिक शक्तीची काहीही गरज नाही. तेव्हा त्यांनी समजून घ्यावे की अधोगती निश्चित असून आपण नष्ट होणार.

संध्या, पूजा, आपले कर्म, व्रत, वैकल्ये, उपवास, वासनेवर संयम, यामुळे व्यक्तीला ज्ञान प्राप्त होते. या ज्ञानाला पुरावे नसतात व ते अनुभवावे लागते. कर्म करणाऱ्याला जबाबदारीची जाणीव असते. व प्रत्येक कर्म तो व्यवस्थित पूर्ण करतो पण केवळज्ञानी मनुष्य कर्म तर करतच नाही शिवाय आम्ही कर्मकांडापासून दूर आहोत अशा फुशारक्या मारतो.

भक्ती कर्म ज्ञान व वैराग्य ह्यांचा मेळ बसवून आपण एक चांगला समाज घडवू ही अपेक्षा. जो या कलियुगात परमेश्वराला घट्ट पकडून ठेवेल तोच ही किमया साधू शकेल. म्हणजेच: आत्मोद्धार!

<h1 style="text-align:center">२०</h1>

कर्मफल

अमरावती जिल्ह्यात दर्यापूर अकोट रोडवर वडनेर गंगाई गाव आहे. तिथे मी काही वर्षे होतो. त्या ठिकाणी एक सिंधी गृहस्थ होता. व त्याचे एक छोटेसे झोपडी वजा हॉटेल होते. त्या हॉटेलमध्ये तो भजे, पोहे, चहा वगैरे पदार्थ ठेवत होता. काहीतरी खायला मिळेल म्हणून मोहल्ल्यातील कुत्रे तिथे यायचे. तेव्हा हा कुत्र्यांना हाकलून न देता किंवा काहीही खायला न देता त्यांच्या मानेवर गरम पाणी टाकायचा. असे अनेक दिवस गेले.

त्यावेळी दर्यापूर आकोट रोडवर खाजगी जीप चालायची. पुढे या सिंधी गृहस्थानी देखील जीप घेतली व त्यावर एक दोन मुले ठेवली. काही दिवसांनी या मुलांमध्ये व या सिंधी व्यक्तीमध्ये भांडण झाले व भांडणाचे रूपांतर मारामारीत झाले. या मारामारीत एका मुलानी त्या सिंध्यावर कुऱ्हाडीचा वार केला व तो वार नेमका त्याच्या मानेवरच पडला. त्याची मान अर्धाधिक तुटली. त्याला वाचवण्याचा खूप प्रयत्न झाला. पण तो वाचला नाही. नंतर असे समजले की हा मुलगा नाबालिक ठरला नंतर निर्दोष सुटला. असे असते कर्मफल.

प्रत्येक कर्माला फल हे असतेच. पण प्रत्येक कर्माचे फल हे त्वरित मिळते असे नाही. जसे तुम्हाला तहान लागली व तुम्ही पाणी प्यायले, पाणी पिणे हे कर्म झाले व तहान शमणे हे फल झाले. तसेच तुम्ही नोकरी करता व एक महिन्यांनी पगार मिळतो. नोकरी करणे हे कर्म झाले, पगार मिळणे हे फल झाले. इथे कर्माचे फल एक महिन्यांनी मिळाले.

देव, पितर व निसर्ग म्हणजेच पंचमहाभूते हे कधीच तुमच्या ऋणात राहत नाही. त्यांची तुम्ही भक्ती केली किंवा सेवा केली की ते ताबडतोब तुम्हाला फल देऊन मोकळे होतात. पण काही वेळेला त्वरित फलप्राप्ती होत नाही. याचे कारण तुमचे दोष! तुमचे दोष इतके असतात की ते समाप्त झाल्याशिवाय तुम्हाला फळ मिळत नाही. काही फळ हे

पुढील जन्मी पण मिळतात. कारण या जन्मी तुमच्या प्रारब्धात ते फळ नसते. ईश्वरा जवळ देर असते पण अंधेर नसते. जसे आंबा कच्चा खाल्ला तर आंबट लागेल. पण तोच आंबा चांगला पिकवून खाल्ला तर गोड लागेल. म्हणजेच आंब्यातील सर्व दोष काढून ईश्वर तुमच्या हातात गोड आंबा देतो व ईश्वर तुमच्या ऋणातून मुक्त होतो. तसेच पितर आणि निसर्ग सुद्धा तुमच्या ऋणात राहत नाही. पण यांची सेवा तुम्ही कशी करता यावर फळ अवलंबून राहील. एकदा एका शेतकऱ्याचे सर्व पीक पुरात वाहून गेले. खूप नुकसान झाले. पुढे काय करायचे हा प्रश्न पडला. एक दिवस यानी शेत साफसफाई करण्याकरता थोडे खोदले. तर याच्या हाताला आले (अद्रक) लागले. त्यानी नंतर दोन ठिकाणी खोदले. त्याही ठिकाणी याला आले मिळाले व नंतर त्यानी मजूर लावून आले काढायला सुरुवात केली. तेव्हा त्याला आठ लाखाचे आले मिळाले. व तो मालामाल झाला. शेतीमध्ये केव्हाही तोटा होत नाही. तो केव्हातरी भरून निघतोच. हे आल्याचे पीक मागील वर्षी पेरले होते.

पुष्कळ लोक म्हणतात आम्ही अमुक पूजा केली. तमुक पूजा केली. इतका जप केला, होम केला, पण आमचा काही फायदा झाला नाही. याचे उत्तर एकच आहे तुम्ही पूजा 'केली' नाही तर 'उरकवली'. ब्राह्मण पूजा सांगायला आला की पाटावर बसायचे व ब्राह्मण सांगेल तशी पूजा करायची. वेळ पडल्यास मधून मधून उठायचे. मोबाईलवर बोलायचे. दररोजची संध्या पूजा तर नसतेच. खरे म्हणजे तुमच्या घरात देवच उपस्थित नसतात. ज्या ठिकाणी दररोज पूजा नैवेद्य होतो, संध्या होते, तुळशीची पूजा होते तिथेच देव असतो. आणि ज्या ठिकाणी देव उपस्थित नसतो. त्या ठिकाणी नकारात्मक शक्तीचा वास असतो व तुम्हाला देवधर्माचे कोणतेही फळ मिळू देत नाही. कधीकधी दोन-तीन पूजा एकत्रित केल्या जातात. व त्याचे फळ मिळतच नाही.

काही लोक इतके आळशी असतात की ते प्रदक्षिणा सुद्धा दुसऱ्याला मारायला सांगतात. अर्थात अशा प्रदक्षिणेचे फलित अजिबात मिळत नाही.

एक दिवस माझ्या घरी एक पाहुणे आले. गोष्टी करताना ते म्हणाले मी देवाची पूजा अर्चना खूप दिवस केली, पण मला काहीही फायदा दिसला नाही. तेव्हा मी सर्व देव फेकून दिले व सहज योग सुरु

केला. मी फक्त आता घरी गुरुमाताच्या फोटोची पूजा करतो व त्यांना गुरु केल्याबरोबर मला फायदा झाला. आता इथे काय झाले. यांनी गुरुमातेला गुरु केल्याबरोबर व देवाशी नाते तुटल्याबरोबर यांनी जेवढी देवाची सेवा केली होती त्याचे फळ देऊन टाकले व त्याच्या ऋणातून देव मुक्त झाले. व वरील फायदा तोच आहे व देवानी त्याचे व आपले नाते तोडून टाकले. पण याला वाटले सहजयोगामुळेच आपला फायदा झाला. जसे तुम्ही एक कंपनी सोडता व दुसऱ्या कंपनीत जाता तेव्हा जुनी कंपनी तुमचा पीएफ व इतर बाकी जमा तुम्हाला पाठवून देते. त्याचप्रमाणे हे आहे. सहज योग सारखे अनेक गुरु आहेत. पण देवाची बरोबरी कोणीच करू शकत नाही. फक्त तुम्ही त्याची मनापासून भक्ती करा व प्रसंगी तुम्ही त्याला हाका मारा तो बरोबर धावून येईल. सध्या हे सहज योग वाले जोडपे दवाखान्यात मुक्काम ठोकून आहेत. जितके तुम्ही चांगले कर्म कराल. तेवढी तुम्हाला देव साथ देईल. अन्यथा देवाची पूजा अर्चना करून सुद्धा काहीही हातात येणार नाही.

तीर्थयात्रेवर निघताना देवाची प्रार्थना करावी व यात्रा सुखरूप होऊ देण्याची विनंती करावी. तीर्थयात्रेवरून आल्यानंतर त्याची सांगता करावी. म्हणजे तुम्हाला यात्रेचे फळ प्राप्त होईल. जे लोक नेहमी देवधर्म सांभाळतात. त्यांना कोणत्याही मोठ्या पूजेचे फळ त्वरित मिळत असते. आणि हे फळ म्हणजेच आत्मोद्धार!

२१.

वासना दोष

प्रत्येक व्यक्ती ही वासनेच्या मायाजालमध्ये अडकलेला असतो. मनुष्य जन्माला येतो तो अनेक वासनासोबत घेऊन व तसाच तो अनेक वासना बरोबर घेऊन जातो. या वासने मुळेच तो जन्मोजन्मीच्या फेऱ्यात अडकतो. प्रत्येक व्यक्तीला वासनामुळेच पुनर्जन्म मिळतो. या वासनेच्या चक्रातून बाहेर पडल्याशिवाय सद्गती मिळत नाही. आणि या चक्रातून बाहेर काढणारा फक्त ईश्वरच असतो. प्रत्येक व्यक्तीने आपण कोणत्या वासनेत अडकलेलो आहे याचा जरूर अभ्यास करून त्यावर कसे नियंत्रण मिळवावे याचा विचार करावा. आपण काही मुख्य वासनाबद्दल जाणून घेऊया.

अन्नवासना:

ज्या व्यक्तीला अन्न वासना असते ती सतत खात राहते. खाणे हाच त्याचा छंद असतो. खाण्यावर त्याचा ताबा नसतो. याला तृप्ती माहीत नसते. आपण काय खातो? आपल्या शरीराला हे अन्न मानवेल का? आपण किती खातो? अशा कोणत्याही गोष्टीशी त्याचे काहीही देणे घेणे नसते. साधारणतः ज्याच्या कुंडलीत गुरु बरोबर राहू किंवा केतू असतो अशा चांडाल योगात ही वासना जास्त असते. सप्तम स्थानात गुरु व राहू हा योग व्यक्तीला मद्यपान व मांसाहार करायला लावतो. ईश्वरी सेवा व ईश्वराला घट्ट पकडून ठेवणे. आपल्या घरात नेहमी ब्राह्मण-सुवासिनी जेवू घालणे. हा या दोषावर उपाय होऊ शकतो. अशा व्यक्तींना भस्म्या रोग होऊ शकतो. या रोगात जेवण केल्यावर देखील भूक लागते. पुढील जन्मी ही व्यक्ती साधारणतः हत्तीच्या जन्मात पुनर्जन्म घेते.

द्रव्यवासना:

ही व्यक्ती सतत अर्थार्जन करीत असते. कलियुगात ही वासना जास्त प्रमाणात वाढली. यांना पैसा खर्च करण्याचा अधिकार ईश्वराकडून मिळालेला नसतो.

सर्वसामान्य मनुष्य अन्नामध्ये जास्तीत जास्त कंजूषपणा करतो. या व्यक्तीकडे जेवायला जाणे म्हणजे 'आ बैल मुझे मार' अशी स्थिती होते. दोन व्यक्ती जेवायला गेल्या तर ही व्यक्ती तीन-चार पोळ्या करेल व हे तुम्हालाच संपवायचे आहे काही उरवू नका असे म्हणेल. जेवायच्या वेळेला "हे कोणी खाणार नाही थोडे थोडेच करा" असे यांचे अन्नदान असते. देवाच्या कामात सडक्या सुपाऱ्या, खराब तांदूळ, खराब खारीक असे प्रकार असतील. काही लोकांकडे खूप पैसा येत राहतो पण तो कसा खर्च करायचा याची बुद्धी यांना देवाने दिलेली नसते. शनी बरोबर राहू किंवा केतू असा पितृदोष असणारी व्यक्ती या वासनेत अडकते. ही व्यक्ती पुढील जन्मी मतिमंद किंवा गतिबंध होऊन ज्यांनी हिचा पैसा घेतला त्याच्या पोटी जन्म घेऊन आपला पैसा वसूल करते.

कामवासना:

शुक्राबरोबर राहू किंवा केतू असल्यास व्यभिचार योग होतो. अशा लोकांना कामवासना जास्तीत जास्त असते. हा योग अतिशय वाईट असतो. हा योग व्यक्तीला पूर्णपणे उध्वस्त करतो. परस्त्री किंवा परपुरुष हे व्यक्तीला अधोगतीला घेऊन जातात. जास्तीतजास्त ईश्वरी सेवा हाच यावर एकमेव उपाय आहे. या लोकांचा पुनर्जन्म हा विरुद्ध योनी मध्ये होतो. स्त्री ही पुरुषाची वासना करते म्हणून ती पुरुष होते व पुरुष हा स्त्रीची वासना करतो म्हणून तो स्त्री होतो.

सुडवासना:

साधारणतः चतुर्थस्थानात पापग्रह किंवा इतर घरात ग्रहण योग ह्यामुळे अपेक्षा भंग होतो. कोणामुळे तरी आपल्या मनासारखे होत नाही. तेव्हा दुसऱ्याबद्दल ही वासना निर्माण होते. सुडाची भावना तीव्र असेल व ती तशीच ठेवून मृत्यू आला तर पुढील जन्मी ती व्यक्ती वेगळ्या पद्धतीने सुडाची भावना ठेवून जन्म घेते व ती आपला सूड घेते. उदाहरणार्थ जेव्हा कसाई बोकडाचा जीव घेतो तेव्हा तो तडफडत असतो.

तो कसायाचा राग करून मरतो. त्याच्या मनातून कसाई जात नाही. व पुढील जन्मी हाच बोकड कसाई होतो व कसाई बोकड! परिणामतः हाच प्रकार पुन्हा होतो व सूडभावनेची साखळी जन्मोजन्मी सुरु राहते. दोघापैकी कोणीतरी भावना सोडल्याशिवाय साखळी तुटत नाही व दोघांनाही सद्गती मिळत नाही. तेव्हा सूडवासना सोडून ईश्वरी सेवेत वेळ घालवावा.

आपल्या शरीरात अनेक वासनांचा निवास असतो. आणि वरील चार पैकी एक वासना अतिशय तीव्र असते. स्वतःवर संयम ठेवून ईश्वरी सेवा व नामस्मरण हाच यावर एकमेव उपाय आहे. सूडवासना ही षडरिपूचाच भाग आहे. ही वासनाच माणसाला अधोगतीला घेउन जाते. व दुर्गती होऊन आता आहे त्यापेक्षा वाईट जन्म मिळू शकतो. तेव्हा जीवनाच्या अंतिम चरणात आपण सर्व वासनातून मुक्त होउ याची खबरदारी घ्यावी. तरच होईल: आत्मोद्धार!

२२.

वास्तुदोष

वास्तुदोष हा केवळ वास्तूमध्ये नसून व्यक्तीच्या जीवनात देखील असतो. व्यक्तीच्या कुंडलीत मंगळाबरोबर राहू किंवा केतू असल्यास वास्तुदोष तर निर्माण होतोच शिवाय पिशाच्चदोष सुद्धा असतो. अशा वेळेस वास्तूमध्ये काहीही दोष नसताना सुद्धा वास्तूमध्ये शांती व आनंद नसतो. घरातील फर्निचर व्यवस्थित न मिळणे. नळातून नेहमी पाणी गळणे. फरशीतून खालून पाणी वरती येणे. घरातील सामान नेहमी बिघडणे. घरात भांडण तंटे होणे. घरात नेहमी आजारपण असणे. असे अनेक प्रकारे वास्तुदोष दृष्टी गोचर होतो. आपल्या पत्रिकेत जर वास्तुदोष असेल तर आपण आपल्या घरात न राहता दुसरीकडे राहावे लागते. कधी कधी आपल्या शेजारी समाजकंटक लोक राहायला येतात. वास्तुदोष युक्त घरात नकारात्मक शक्तीमुळे धार्मिक कार्यक्रमाचे पुण्य २१ दिवसाचे वर टिकत नाही.

घराची वास्तू घेताना प्लॉट किंवा फ्लॅट पश्चिम मुखी केव्हाही घेऊ नये. पश्चिम मुखी प्लॉटमध्ये संडास बाथरूम हे पूर्वेकडे येतात. हा फार मोठा वास्तुदोष आहे. घर बांधताना ईशान्य दिशेला विहीर किंवा नळाचे मीटर असावे. तसेच देवघर असावे. आग्नेय दिशेला स्वयंपाक घर असावे. घर बांधताना दक्षिण दिशेला मोकळी जागा कधीही ठेवू नये. दक्षिण दिशा नेहमी बंद असावी. अतिक्रमण केलेली जागा केव्हाही वाईट असते. दुसऱ्याची जागा किंवा घर हडपने हा फार मोठा वास्तुदोष असून त्यामुळे व्यक्तीची अधोगती होते व विनाश होतो. संपूर्ण कंपाऊंडला दोन बाजूला दोन दरवाजे एका सरळ रेषेत नसावे, जेणेकरून इकडच्या रस्त्यावरून पलीकडच्या रस्त्यावर जाता येईल. तसेच घराला सुद्धा अशा प्रकारचे दोन दरवाजे नको. देवघर ज्या ठिकाणी आहे त्या ठिकाणी बाहेर निघणारा दरवाजा नको. दक्षिणेकडील दरवाजा तोही देवघराला हा घातक असतो. दक्षिणेकडे मुख्य दरवाजा घातक असतो.

घरात मंगलमय वातावरण असण्याकरता पुढे तुळशी वृंदावन असावे. अंगणात पाणी शिंपून रांगोळी काढलेली असावी. दररोज संध्याकाळी दिवा लावावा. घरात देवाची पूजा दररोज व्हायला पाहिजे व सतत तेलाचा दिवा लावलेला असावा. दररोज सकाळी उठल्याबरोबर *"वास्तू देवता नमो नमः"* म्हणावे व नमस्कार करावा. अधूनमधून देवांना रुद्राभिषेक करणे व इतर धार्मिक विधी करणे वास्तु पवित्र होण्याला मदत मिळते. वेद मंत्रांनी व तसेच देवाच्या नामस्मरणाने घरातील नकारात्मक शक्ती नष्ट होण्याकरता मदत होते. देवाच्या निरनिराळ्या स्तोत्रांनी घरात सकारात्मक ऊर्जा तयार होते. या स्तोत्रात फार मोठी शक्ती असते. चातुर्मासातील प्रत्येक सण व उपवास प्रत्येकाला करायचे असतात. आमच्याकडे हा देव नाही. या देवाचा आमचा काहीही संबंध नाही. अशी भाषा वापरू नये. लग्न व मुंजीसारखे कार्यक्रम देखील आपल्या घरातच करावेत. आर्थिक परिस्थिती नसल्यास कमी खर्चात करावेत. पण आपल्या घरातच करावे. अशा मोठ्या कार्यक्रमामुळे व पवित्र मंत्रोच्चारांनी घर पवित्र होते व वास्तुदोष निवारण करण्यात मदत होते. आज-काल मुंज अमुक ठिकाणी करायची, बारसे तमुक ठिकाणी करायचे असे अनेक सल्ले मिळतात. पण तसे न करता सर्व कार्यक्रम आपल्या घरातच करावेत. कोणत्याही तीर्थस्थानावर किंवा देवालयात सुद्धा असे कार्यक्रम करू नये. कारण तीर्थस्थानावर किंवा देवालयात कोणतेही संस्कार बटूला मिळत नाहीत. अनेक तीर्थक्षेत्रातील भटजींनी अश्या कार्यक्रमासाठी स्वतःच्या घरीच हॉटेलसारखी व्यवस्था निर्माण केली आहे. त्यापेक्षा घरीच मुंज वगैरे करून देवाच्या दर्शनाला जावे.

आपल्या घरी कोणी व्यक्ती मृत झाल्यावर आपण त्या ठिकाणी दिवा लावून चाळणीने पीठ पसरवून टाकतो. जेणेकरून त्या व्यक्तीच्या पुढील जन्माच्या पाऊलखुणा त्यावर उमटतील. साधारणतः कोणाकडेही अशा पाऊल खुणा उमटत नाही. पण माझ्याकडे वडील वारल्यानंतर या पाऊल खुणा तीन-चार दिवस दिसल्या. त्या पाऊल खुणा गोल गोल आकाराच्या अगदी स्पष्टपणे दिसल्या. ते हत्तीचे पाय होते. याचे कारण एकच होते की माझ्या घरात नेहमीच धार्मिक कार्यक्रम होत होते.

आपल्या घराची वास्तु चांगली व्हावी या हेतूने प्रथम आपल्या कुलदेवतेचा व इष्ट देवतेचा आशीर्वाद महत्त्वाचा असतो. तसेच वास्तू नेहमी स्वकष्टार्जितच असावी. वास्तुशास्त्रात ब्रह्मस्थानाला फार महत्त्व आहे. पण आपण त्याकडे दुर्लक्ष करतो. वास्तूच्या मधला भाग हा ब्रह्म स्थानाचा भाग असतो. तो पूर्णपणे मोकळा असावा. त्या ठिकाणी कोणतेही बांधकाम नको. त्या ठिकाणी झोपू देखील नाही. आपल्या घरात बाहेरील व्यक्तीची कोणतीही वस्तू आणून आपल्या घराला लावू नये. कारण त्या व्यक्तीचे दोष त्या वस्तूबरोबर आपल्या घरात येतात. तसेच कोणतीही जुनी वस्तू आपल्या घराला लावू नये. तेव्हा ईश्वरी कृपेने आपणही आपली वास्तू पवित्र करू हीच प्रभू चरणी प्रार्थना.

सर्वत्र सुखिनः सन्तु सर्वे सन्तु निरामयाः।

स्वकष्टार्जीत व देवधर्मांनि पवित्र असलेली वास्तू म्हणजेच आत्मोद्धार!

२३.

उपवास

उपवास म्हणजे निरोगी राहण्याची गुरुकिल्ली. तसेच सात्विक उपास हा आध्यात्मिक व आत्मिक ऊर्जेचा फार मोठा स्त्रोत आहे. उपवास म्हणजे खूप फराळाचे पक्वान्न खाणे नाही. दूध, ताक घेणे, फळ खाणे, भगरीसारखे पदार्थ मर्यादित खाणे. हा सात्विक उपास होय. भरपूर फराळ करणे, फळे खाणे, काहीतरी सतत खात राहणे, हा राजसिक उपवास आहे. दिवसभर काहीही न खाणे. कडकडीत उपवास करणे. हा तामसिक उपवास आहे. राजसिक उपवासाने तब्येत बिघडते. व तामसिक उपवासाने व्यक्ती रागीट बनतो. तामसिक उपवासामुळे संधिवात होतो. उपवासात मीठ खाणार नाही. पाणी पिणार नाही. काहीही खाणार नाही. असे काहीतरी उपवास करू नये. केव्हाही काहीतरी खाऊनच उपवास करावा. काही उपवासाबद्दल माहिती खालील प्रमाणे

एकादशी: हा उपवास ईश्वर निर्मित उपवास आहे व प्रत्येकाला एकादशी अनिवार्य केलेली आहे. या दिवशी जेवण केल्यास चांडाळाचा जन्म मिळतो. या दिवशी सात्विक उपवास करून पूजा अर्चना करावी. एकादशीमुळे आपले अनेक दोष कमी होतात. असाही एक अनुभव आहे की एकादशीला जेवण केल्यास दुसऱ्या दिवशी अपचन होते.

संकष्टी चतुर्थी: मंगळ हा ग्रह गणपती भक्त आहे. केतू हा छायाग्रह आहे. तो मंगळामुळे चालतो. त्यामुळे मंगळाचे सर्व गुण केतू मध्ये असतात. त्यामुळे केतूचे दोष कमी करण्याकरता गणपतीची प्रार्थना फलदायी ठरते. त्यामुळे संकष्टी चतुर्थी करावी. बहुतेक लोकांचा मृत्यू हा चतुर्थीला होतो. या दिवशी सकाळची नित्य पूजा करावी. शिवाय रात्री आंघोळ करून गणपती पूजन करावे व मोदकांचा नैवेद्य दाखवावा. अथर्वशीर्षाचे आवर्तन घालावे. ज्यांच्या कुंडलीत मंगळाबरोबर राहू किंवा केतू असा वास्तुदोष असतो. त्यांनी संकष्टी चतुर्थी जरूर करावी.

प्रदोष: आपल्या दोषावर प्रहार करणारा प्रदोष. प्रदोष म्हणजे त्रयोदशी. या तिथीवर राहू प्रबल असतो. व याच दिवशी बहुतांश लोकांचा मृत्यू होतो. राहू हा छायाग्रह आहे. त्यामुळे तो शनी मुळे चालतो. राहू आणि शनि दोघेही शंकराचे भक्त आहेत. ज्यांच्या कुंडलीत राहू बिघडलेला आहे अशा लोकांनी प्रदोष जरूर करावा. प्रदोष पूजा शंकराला अतिशय प्रिय आहे. या दिवशी संध्याकाळच्या वेळेला आंघोळ करून शंकराला अभिषेक करून बेलपत्र वाहावे व रीतसर पूजा करावी. या दिवशी दिवसभर सात्विक उपवास करून संध्याकाळी पूजा नैवेद्य झाल्यानंतर उपवास सोडावा. पंधरा दिवसांनी प्रदोष येतो. त्यामुळे काही ठराविक प्रदोष अनेक जण करतात. काही ठराविक दिवशी येणारे महत्त्वाचे प्रदोष:

शनिप्रदोष: शनिवारी प्रदोष आल्यास त्याला शनी प्रदोष म्हणतात. शनी प्रदोषाचे अनन्य साधारण महत्त्व आहे. गुरुचरित्रात सुद्धा यावर एक अध्याय आहे. प्रत्येक दत्तभक्त शनीप्रदोष करतो. वर्षातून फक्त पाच-सहा शनिप्रदोष येतात. शनीप्रदोष हा चांगली संतती निर्माण व्हावी किंवा जी संतती आहे ती चांगली व्हावी याकरता करतात. प्रत्येक स्त्री-पुरुषांनी हे प्रदोष व्रत अवश्य करावे. या दिवशी शंकराची भक्ती केल्याने शनि व राहू दोघेही संतुष्ट होतात. चांगली संतती होण्याकरता मदत होते. ज्यांच्या कुंडलीत शनि बरोबर राहू किंवा केतू असून पितृदोष असतो अशा लोकांनी हे व्रत अतिशय निष्ठापूर्वक करावे.

सोमप्रदोष: सोमवारी येणारा प्रदोष म्हणजे सोमप्रदोष. सौख्यकारक दिवस येण्याकरता हे व्रत करतात. ज्यांचे चतुर्थ स्थान बिघडलेले आहे. अशा लोकांनी सोमवारी येणारा सोम प्रदोष करावा.

भौमप्रदोष: मंगळवारी येणारा प्रदोष म्हणजेच भौमप्रदोष. ज्यांच्याकडे पैशांची टंचाई आहे किंवा खूप कर्ज आहे. अशा लोकांनी मंगळवारी येणारा प्रदोष करावा.

नवरात्रीचे उपवास: नवरात्रीचे नऊ दिवस आदीमायेचे उपवास व्यक्तीला मोक्षाला घेऊन जाते. पश्चिम महाराष्ट्रात या उपवासाचे फार महत्त्व आहे. प्रत्येकाने कमीत कमी एक-भुक्त राहून हा उपवास करावा. दोन्ही वेळ देवीची आरती व अखंड दिवा ठेवावा. नव दिवस जोगवा मागून त्यावर नऊ दिवस राहणे हा उपवास आध्यात्मिक शक्तीचा फार मोठा स्रोत आहे. इच्छाशक्ती असल्यास हा नऊ दिवस उपवास सहज होतो. आपल्या शहरात देवीचे जागृत स्थान असेल तर दररोज नऊ दिवस दर्शन घ्यावे. प्रत्येक घरी दोन्ही वेळ देवीची आरती व अखंड दिवा नवरात्रात असावा. आपल्या घरात देवीचे कुलदैवत असो वा नसो अष्टमीचा उपवास सर्वांनी करावा.

महाशिवरात्र: ज्यांच्या घरी महादेव कुलदैवत आहे त्या लोकांनी महाशिवरात्रीचे ११ दिवसाचे नवरात्र करावे. तसेच दर महिन्याची शिवरात्र करावी. महाशिवरात्रीला उपवास करून रात्रभर जागरण करावे व रात्री अभिषेक, शिवलीलामृताचे पारायण, बेल वाहणे, नामस्मरण करणे हे कार्यक्रम करावे. महाशिवरात्रीचे जागरण मोक्षदायी असते. या जागरणाचा कोणताही त्रास होत नाही. प्रत्येकानी जागरण करून आपले दोष कमी करावेत.

प्रत्येकाला २७ उपवास अनिवार्य केलेले आहेत. २४ एकादशी, १ रामनवमी, १ कृष्णाष्टमी, १ महाशिवरात्रीचा उपवास असे २७ उपवास करणे आवश्यक आहे. तसेच संकष्टी चतुर्थी, शनि प्रदोष, नवरात्रीचा अष्टमीचा उपवास असे एकूण ३०-३५ उपवास प्रत्येकाने करावे. त्यामुळे आपले अनेक प्रकारचे दोष कमी होऊन घरात शांती, आनंद, समाधानाचे वातावरण तयार होते. तसेच उपवास आपल्या आरोग्याचे ही रक्षण करतात. फक्त उपवास हा सात्विक असावा.

पारंपारिक व्रते व उपवास: चतुर्मासात किंवा इतर वेळी आपल्या घरात काही परंपरा चालत आलेल्या असतात. त्यातील नियम व परंपरा अवश्य पाळावी. अशा व्रतात कांदा, लसूण न खाणे, सकाळ-संध्याकाळ पूजा व आरती करणे, योग्य तो स्वयंपाक करणे, देवाला किंवा देवीला नैवेद्य दाखविणे, व्रतस्थ राहणे या गोष्टी अवश्य कराव्यात. त्यामुळे आपल्या

घरात सुख शांती व आनंद नांदते. या गोष्टीचे पालन न केल्यास आपली अधोगती होऊन होत्याचे नव्हते होऊ शकते. त्यामुळे देवधर्माला आपल्या कुटुंबाच्या कल्याणाकरता विशेष महत्त्व द्यावे लागते. ज्या घरात देवधर्म व्यवस्थित होतात त्या ठिकाणची लहान मुले आनंदी असतात.

कोणत्याही व्रतामध्ये आपला आहार हा सात्विक व साधा असावा. गोडधोड करू नये. कोणाच्याही घरी जेवायला जाऊ नये. कोणाकडेही काहीही खाऊ पिऊ नये. जेवढे व्रत चांगले तेवढी त्याची गुणवत्ता वाढत जाते व फलही चांगले मिळते. व्रते व उपवास केल्यामुळे मनुष्य निरोगी व सुदृढ राहतो. नेहमी खात राहणारा मनुष्य रोगी व अशक्त सुद्धा होतो. कारण त्याची सर्व शक्ती अन्न पचविण्यातच खर्च होते. योग्य सात्विक व मर्यादित आहार घेणारा मनुष्य नेहमीच निरोगी राहतो. तेव्हा योग्य व्रते-वैकल्ये व उपवास करून आपण अध्यात्मिक, मानसिक व शारीरिक रित्या शक्तिमान होऊन आनंदी व समाधानी जीवन जगू; ह्यालाच म्हणता येईल आत्मोद्धार.

२४.

तीर्थयात्रा व देवदर्शन

तीर्थयात्रा व देवदर्शन याचा उपयोग आपण आपले दुःख व दोष दूर होण्याकरता करतो. त्या ठिकाणी आपण भक्तीपूर्वकच गेले पाहिजे. पण लोक या स्थळांचा उपयोग एक प्रेक्षणीय किंवा करमणुकीचे साधन म्हणून करायला लागले. पूर्वी या स्थळांना भेटी देणे कठीण होते. पण आता अनेक सुविधा असल्यामुळे लोक सहज जाऊन येतात. व एक-दोन दिवसात चार पाच ठिकाणी भेट देऊन येतात. खालील प्रमाणे त्या सहलीचे वर्णन करता येईल.

१. आम्ही पुण्यावरून गाडी करून निघालो. प्रथम अक्कलकोटला गेलो. तिथे दर्शन व प्रसाद घेऊन गाणगापूरला गेलो. संध्याकाळच्या वेळी संगमावर जाऊन आलो. सकाळी देवलात जाऊन दर्शन घेतले व नंतर कल्लेश्वराला गेलो. दुपारी जेवण करून कुरवपूरला निघालो. दुसऱ्या दिवशी सकाळी दर्शन करून सोलापूरला आलो व नंतर तुळजापूरला गेलो. तिथे जेवण करून परत पुण्याकडे निघालो.

२. आम्ही नरसोबावाडीला संध्याकाळच्या वेळेला गेलो. आम्ही तिथल्या गुरुजी कडे उतरलो. त्यांनी गेल्याबरोबर आम्हाला चहा दिला. तिथे छान रूम मिळाली. बाथरूम व संडास देखील चांगला होता. त्या ठिकाणी आम्ही घरीच आंघोळ केली. संध्याकाळी दर्शन व आरती घेतली. गुरुजीकडेच जेवण होते. संध्याकाळी गुरुजींनी आम्हाला बरीच माहिती दिली. छान गोष्टी झाल्या. सकाळी नाश्त्याला काय करायचे असे गुरुजींनी विचारले. गुरुजी कडे राहण्याची छान व्यवस्था होती. सर्वीकडे टेबल खुच्र्या ठेवलेल्या होत्या. खाली बसण्याचा प्रश्नच नव्हता. सकाळी चहा घेऊन आंघोळ करून आम्ही दर्शनाला गेलो. नदीवर फक्त पाय धुतले व अंगावर पाणी शिंपडून घेतले. नंतर घरी आलो. नाश्ता केला. दुपारी जेवण करून आम्ही गुरुजींचा निरोप घेतला.

पहिल्या उदाहरणात केवळ देवदर्शन सहल होती व दुसऱ्या उदाहरणात अंगाला कोणताही धक्का न लागता तीर्थयात्रा करणे होते. या दोन्ही गोष्टीत काही साध्य झाले असे मला वाटत नाही.

तीर्थक्षेत्र किंवा कोणतीही देवभूमी ही सिद्ध झालेली जागा असते. त्या ठिकाणी तुमचे अनेक दोष नाहीसे होतात. त्यामुळे प्रत्येक ठिकाणी केवळ दर्शन घेतल्याने काहीही साध्य होत नाही. तर तिथे कमीत कमी एक दोन दिवस राहून ईश्वरी सेवा केली पाहिजे. तिथले उपचार माहिती करून घेऊन त्याप्रमाणे सेवा करणे आवश्यक असते. तीर्थक्षेत्रावरील नदीच्या पाण्यात फार मोठी आध्यात्मिक शक्ती असते. तेथील स्नानाने केवळ दोषच नाहीतर रोग सुद्धा बरे होतात. तेथील पाण्याला कधीही नावे ठेवू नये. तेथील पाणी अस्वच्छ दिसत असूनही त्यात दैवी गुण असतो. देवतेच्या मंदिराला प्रदक्षिणा, अश्वस्थ किंवा औदुंबराच्या झाडाला प्रदक्षिणा, अतिशय पुण्यकारक असते. या तीर्थक्षेत्रात ईश्वर आनंद, शांती, सुख, समाधान याची लयलुट करीत असतो. नामस्मरण तीर्थस्थान प्रदक्षिणा व इतर पूजा करून आपण या लुटेची लूटमार करायची असते. हे ज्याला जमते त्याचेच पुढे कल्याण होते.

प्रत्येक सिद्ध भूमीमध्ये बाबा-बुवा हे असतातच. तेव्हा कोणत्याही बाबा-बुवा बरोबर न जाता आपल्या कुटुंबासोबत देवाची सेवा करावी व लगेच परत यावे. पैशापेक्षा शरीरानी देवाची सेवा करावी. या तीर्थक्षेत्री असणाऱ्या कोणत्याही बाबा-बुवाच्या आश्रमात जाऊ नये.

रात्रीच्या वेळी गाडी चालवून तीन-चार स्थळे पाहण्यापेक्षा एक किंवा दोन स्थळ व्यवस्थित करावे. रात्रीच्या वेळी गाडीचा अपघात होऊ शकतो.

तीर्थक्षेत्र हे पाहुणचार करण्याचे ठिकाण नाही. आता माझ्या नाश्त्याची वेळ झाली. आता चहा घेण्याची वेळ झाली. बसायला टेबल खुर्ची आदर सत्कार. या अनावश्यक सुखसोयी तीर्थक्षेत्री न करता 'माझ्या हातून ईश्वराची सेवा जास्तीत जास्त कशी होईल' हे पहावे. तसेच तीर्थक्षेत्रावर जास्तीत जास्त आंघोळी कराव्या. कोणतीही भीड न बाळगता ईश्वरी सेवा व तीर्थ स्नानाकडे जास्त लक्ष द्यावे. तीर्थक्षेत्रावर कोणतीही घाण करू नये.

कोणत्याही तीर्थयात्रेवर किंवा बाहेर देवदर्शना करता जायचे असल्यास त्या अगोदर देवपूजा व गणपतीची दुर्वा वाहून पूजा करावी. 'यात्रा निर्विघ्नपणे पूर्ण होऊ दे' याकरता प्रार्थना करावी. तसेच यात्रेवरून आल्यानंतर ब्राह्मण सुवासिनी जेवू घालून देवाची अभिषेक पूजा करावी व सांगता करावी. अन्यथा यात्रेचे फळ मिळत नाही.

तेव्हा तीर्थक्षेत्रावर तन मन व धन हा तिन्ही गोष्टी अमलात आणून आपण ईश्वरी सेवा करू. आणि आपले कर्म दोष कमी करून जीवनात आनंद सुख समाधान मिळवू. ह्यालाच म्हणता येईल. आत्मोद्धार

२५.

भविष्य व ज्योतिष्य

एकदा श्री ब्रह्मचैतन्य गोंदवलेकर महाराजांना एका शिष्याने प्रश्न विचारला की या जन्मी मिळवलेले ज्ञान हे पुढच्या जन्मी सुद्धा उपयोगात येते का? तेव्हा महाराज म्हणाले 'निश्चितच! मागील जन्मी तुम्ही चौथा वर्ग पास झाले असाल तर पाचवीपासून ज्ञानाची शाळा या जन्मी सुरू होते'. तसेच ज्योतिष्याचे सुद्धा आहे. आपल्या कुंडलीत फक्त ३० टक्के भागच आपल्या मागील जीवनाचा असतो व ७० टक्के भाग या जन्मीचा असतो. या ३० टक्के भागात तुम्ही मागच्या जन्मी काय कर्तुत्व केले, त्याचा गोषवारा म्हणजे कुंडली. तुम्हाला या जन्मी ३० टक्केचा अभ्यास करून स्वतःचे ७० टक्के आयुष्य तयार करायचे असते. कुंडली ही मागील जन्माची मार्कशीट असते. जसे तुम्हाला मागच्या वर्गात गणितात कमी मार्क पडले. इंग्रजीत कसेतरी पास झालात. सायन्सला चांगले मार्क पडले व त्याप्रमाणे आपण आपला पुढच्या वर्गाचा अभ्यास करतो. आपल्याला खराब विषयावर जास्त अभ्यास करायचा असतो. तसाच कुंडलित सुद्धा आपण अभ्यास करायचा असतो. समजा कुंडलित गुरु-राहूचा चांडाळ योग असेल तर तो मनुष्य नास्तिक असून अधोगतीला जातो. आपण शंकराची आराधना करून या योगातून मुक्ती मिळवू शकतो. शनी-राहू हा शापित योग पितृदोष दाखवितो. आपण कालसर्प, नारायण-नागबली या पूजा करून तो दोष कमी करू शकतो.

वर्तमान ७० टक्के भागात आपण सतत देवधर्म करून तसेच चांगले कर्म करून हा भाग चांगला करू शकतो. या कलियुगात ८० टक्के कुंडलीत कालसर्प योग असतो. काही ज्योतिषी लोक सांगतात की एक जरी ग्रह कालसर्पाच्या बाहेर असेल तर तो कालसर्प राहत नाही. वास्तविक तसे नाही, जास्तीत जास्त ग्रह कालसर्पात अडकणे हा कालसर्पयोगच असतो. कारण कलियुगात राहू-केतू जास्त प्रबळ आहेत. तेव्हा प्रत्येकाने आपल्या पत्रिकेतील राहू-केतूचा अभ्यास करून

त्याप्रमाणे ईश्वरी आराधना किंवा पितरांची शांती करावी. आपल्या कुलदेवी व कुलदेवतेला घट्ट पकडून ठेवावे.

राहू-केतू दोषामुळे आपण बुद्धी भ्रष्ट झालो व साध्या पूजा सुद्धा आपण सोडल्या. तुळशीला पाणी घालून तिची पूजा करणे, सूर्याला नमस्कार करणे, दारात सडा टाकून रांगोळी काढणे, असे अनेक छोटे छोटे संस्कार आपण सोडलेत. त्यामुळे नकारात्मक शक्तीचे प्राबल्य आपल्या घरात वाढले. तसेच संध्या पूजा धार्मिक कार्यक्रम बंद पडलेत. एखादा धार्मिक कार्यक्रम करायचे काम पडलेच तर पैशाची उधळपट्टी फार व भक्ती भाव काहीच नाही. यासर्वांमुळे प्रत्येक जण समस्याग्रस्त झालेला आहे. हा समस्याग्रस्त व्यक्ती मग एखाद्या गुरुमहाराजाकडे किंवा ज्योतिषाकडे जातो. हा ज्योतिषी आपल्या कुंडलीतील चांगली बाजू सांगून सुवर्ण कांचन योग, राजयोग अशा अनेक योगाची माहिती सांगतो व वाईट काय आहे हे सांगतच नाही. त्यामुळे व्यक्ती निर्धास्त होऊन वाईटाकडे दुर्लक्ष करतो. आता माझा चांगला गुरु येईल. आता माझा राहू बदल होऊन चांगले दिवस येतील याची प्रतीक्षा करतो. ग्रह येतात आणि जातात. हा तिथेच राहतो. कारण चांगले योग. जर ज्योतिषाने वाईट काय आहे हे सांगितले व त्यावर योग्य देवधर्म सांगितले तर मनुष्याचे कल्याण होते. पण ज्योतिष्याचे काम चांगले सांगून पैसे उकळणे हे असते. तेव्हा प्रत्येकानी ज्योतिष्याने वाईट गोष्टी सांगाव्या असा आग्रह करावा. म्हणजे मनुष्य समस्याग्रस्त राहणार नाही.

कुंडली किंवा ज्योतिष्य म्हणजे नवग्रहांचे आपल्यावर होणारे परिणाम. मग या नवग्रहांना जो चालवतो त्या परमेश्वरावरच सर्व भार टाकून आपण सतत प्रयत्न करीत राहलो तर वाईट ग्रहांचा परिणाम कमी होईल व चांगला ग्रहांचा परिणाम वाढेल. जर आपण प्रयत्नच केले नाही तर जे प्रारब्धात आहे ते सुद्धा मिळणार नाही. तसेच चांगले ग्रह येण्याची वाट पाहू नये. परमेश्वरावर विश्वास ठेवून आपण आपले कार्य चालू ठेवावे. काही राहू-केतूचे इतर ग्रहाशी योग याठिकाणी देत आहे.

चंद्र-केतू: हा ग्रहणयोग मन उदास करतो. उत्साह राहत नाही. द्विधा मनस्थिती असते. निर्णय वेळेत घेता येत नाही.

गुरु-राहू: हा चांडाळ योग. अतिशय नास्तिक. अधोगती निश्चित होतेच. पण जोडीदार चांगला मिळाल्यास काही पुण्य कर्म होऊ शकते व त्याचा फायदा पुढील जन्मी मिळू शकतो. या योगामुळे जोडीदार देवधर्माचे कामे व्यवस्थित करू शकत नाही. याच्यामुळे घर संस्कारहीन होते. हे लोक उधळपट्टी करणारे असतात.

गुरु- केतू: हा सुद्धा चांडाल योगच आहे. पण यात अधोगती कमी होते. काही दिवसांनी देवधर्माची ओढ लागते. पाप पुण्याच्या कल्पना तीव्र होतात. संसारातून मन हळूहळू उतरू लागते.

चंद्र-शनी: हा विकलांग योग आहे. शनी चंद्राची युती किंवा शनीची चंद्रावर दृष्टी यामुळे हा योग येतो. यात राशीकूट चांगले असेल तर शनी चंद्राला म्हणजेच व्यक्तीला धार्मिक कार्याकडे पुण्यासाठी घेऊन जातो व चंद्राची (व्यक्तीची) आध्यात्मिक प्रगती करतो. राशीकूट खराब असेल तर संधिवात अर्धांग वायू, पार्किन्सन होऊ शकतो. यात मानसिक स्वास्थ ठीक राहत नाही. तसेच नकारात्मक विचार तयार होतात.

मंगळ-केतू किंवा केतू-हर्षल गृह कलह तयार करतात. करणी बाधा होते.

रवी-मंगळ: अंगार योग. उष्णतेचे विकार व अपेक्षा भंग होतो.

शनि राहू: पितृदोष असून शापित योग आहे.

मंगळाबरोबर शनि राहू केतू हर्षल: विवाह सौख्यात बाधा, घटस्फोट, गैरसमज, अपघात अशा घटना घडू शकतात. मंगळाबरोबर राहू असल्यास वास्तुदोष निर्माण करतो व पिशाच्च बाधा लवकर होते.

राहु-रवी: अपेक्षाभंग करतो.

गुरु: पत्रिकेत गुरु एकटाच असून त्याच्या आजूबाजूला एकही ग्रह नसल्यास हा गुरु ग्रह कसाही असला तरी चांगले फळ देतो.

कुंडली मध्ये चौथ्या स्थानी शनी राहू किंवा हर्षल असू नये. या स्थानी हे ग्रह अतिशय दुःख देतात. व हर्षल होत्याचे नव्हते करतो. अष्टमस्थानी मंगळ शनी युती मनुष्य अतिशय कोपिष्ट होतो. शुक्राबरोबर राहू किंवा केतू व्यभिचार योग तयार करतो. कुंडलित अशा एक-दोन युती आल्यास व्यक्तीने सावध होऊन कुलदेवतेची सेवा करावी. तसेच पितरासाठी श्राद्ध पक्ष करावे. तसेच शंकराची उपासना करावी. अन्यथा अधोगती ठरलेली आहे. आपल्या देवघरात नागाची मूर्ती जरूर असावी.

आपण आपल्या कुंडलीतील ग्रहांचा व त्यांच्या युतींचा योग्य अभ्यास करून ईश्वरी आराधना करणे आणि आपल्या भविष्यातील जीवनाचा मार्ग उज्वल व प्रशस्त करणे म्हणजेच आत्मोद्धार!

२६.

कर्म बंधने:

गुरुचरित्रात एक गोष्ट आहे. एक स्त्री होती व तिला जे काही मुलं व्हायची ती गर्भातच मरत होती. तेव्हा ती विद्वान पंडिताकडे गेली व यांविषयी विचारले. त्यांनी अभ्यास करून सांगितले की ही पिशाच्च बाधा आहे. तेव्हा वाडीला (नरसोबाची) जाऊन महाराजांची सेवा करावी. ती लगेच नरसोबावाडीला गेली व महाराजांची सेवा करू लागली. तेव्हा एक दिवस तिच्या स्वप्नात तो पिशाच्च आला व म्हणाला तू माझे शंभर रुपये घेतले आहे. ते परत कर. त्याशिवाय तुला सोडणार नाही. त्याचवेळी महाराज तिथे प्रगट झाले व त्यांनी पिशाच्चाला विचारले स्त्रीला का त्रास देतो? तेव्हा त्यानी सांगितले की मागील जन्मी या बाईने माझ्याकडून शंभर रुपये घेतले व ते घेतल्याशिवाय मी हिला सोडणार नाही. तेव्हा महाराजांनी सांगितले ही माझी भक्त आहे व ती जे काही देईल ते घेऊन तू निघून जा नाहीतर तुला शिक्षा करू. तेव्हा पिशाच्चाने म्हटले माझा उद्धार व्हावा हीच इच्छा. तेव्हा महाराजांनी पिशाच्चाला सांगितले की या स्त्रीचे पुरश्चरण पूर्ण झाले की तिला जे जमेल ते तुला देईल व त्यामुळे तू मुक्त होशील व स्त्री देखील तुझ्या त्रासातून मुक्त होईल.

असे असते कर्मबंधन. या कर्म बंधनामुळे सूड-वासना निर्माण झाली व ब्राह्मण झाला पिशाच्च आणि ब्राह्मण स्त्री झाली पिशाच्चबाधित. शेवटी दोघांनाही मुक्त होण्याकरता ईश्वराचे साहाय्य घ्यावे लागले. तेव्हा आपल्यावर कोणाचे कर्ज असेल तर ते त्वरित देऊन कर्जातून मुक्त व्हावे. कारण कलियुगात लोकांना पैसा अतिशय प्रिय असतो व पैसा वसूल करण्याकरता ते काय करतील याचा अंदाज नसतो. तसेच आपल्यावर कोणी उपकार केले तर त्याबहल प्रतिकर्म करून या कर्म बंधनातून मुक्त व्हावे. काही वेळेला उपकारकर्ता व उपकार घेणारा दोघेही उपकाराबहल विसरून जातात पण बंधन कायम असते. आपण कोणाचे तरी देणे लागतो कोणी आपल्यावर उपकार करतो, कोणाचे तरी

आपण गुन्हेगार असतो असे अनेक बंधने एकत्र येऊन त्याचा कर्मविपाक होऊन ते आपल्या प्रारब्धात जमा होतात. एखाद्या जन्मात हे सर्व एकत्र येऊन आपल्याला छळतात. त्यावेळी आपले आईबापसुद्धा आपले शत्रू होतात. प्रत्येक व्यक्ती आपली शत्रू बनते. कोणी आपला सतत अपमान करते. कोणी आपल्याला तोंडातून शब्दही काढू देत नाही. असे अनेक दुःखे आपल्या नशिबात येतात आणि तेव्हा ईश्वरासारखा गुरुच आपल्याला यातून सोडवू शकतो. असा गुरु पूर्व सुकृताशिवाय मिळत नाही व तो गुरु आपल्याला हळूहळू सर्व कर्म बंधनातून मुक्त करतो.

एका कर्म बंधनातून मला गुरूंनी सोडविले त्याचा किस्सा खालील प्रमाणे आहे.

२००० साली मला पेप्टिक अल्सरचा अटॅक आला व त्यात मी कसा जिवंत राहिलो याचे डॉक्टरलाही आश्चर्य वाटले. ज्या दिवशी मला अटॅक आला. त्या दिवशी माझ्या कॅशियरनी मला खूप मदत केली व त्याच्यामुळेच मी जिवंत राहिलो. त्याचे माझ्यावर फार मोठे उपकार झाले व त्या कर्म बंधनातून बाहेर पडणे शक्य नाही. नेहमीप्रमाणे माझे गुरुचरित्र सप्ताह सुरू होते. सप्ताह झाल्यानंतर ब्राह्मण मिळाला तर ठीक नाहीतर तसेच पारणे करीत होतो. एकदा सप्ताह संपल्यानंतर पारण्याचा दिवस होता. मी देवाला नैवेद्य दाखविला. जसा नैवेद्य दाखवला तसा दारावर आवाज आला "का हो साहेब, काय चाललंय?" मी पाहिले तर तो माझा कॅशियर होता. मी त्याला लगेच हात पाय धुवायला सांगितले व त्याचेही पान मांडले. त्या दिवशी तो माझ्यासाठी ब्राह्मण होता. ही सर्व गुरु महाराजांची लीला होती. त्यांनी त्या व्यक्तीला त्या दिवशी ब्राह्मण केले व गुरुचरित्राचा प्रसाद दिला. म्हणजेच गुरु महाराजांनी मला त्याच्या कर्म बंधनातून मुक्त केले.

अनेक कंजूष लोक असतात हे दानधर्म अन्नदान किंवा इतर मार्गाने कोणताही खर्च करीत नाही. हे लोक मरण पावल्यानंतर त्यांच्या वारसदाराला सर्व जमा पुंजी मिळते. या कंजूस माणसाची सर्व वासना त्याच्या पैशात असते. तेव्हा हा कंजूस माणूस त्या वारसाच्या पोटी अपंग, मतीहीन, गतिहीन, आंधळा, पांगळा असा होऊन जन्म घेतो व आपला

पैसा वसूल करतो. पैसा वसूल झाल्यावर हा कंजूस मनुष्य मरतो व तेव्हाच वारसदाराची कर्म बंधनातून सुटका होते.

काही लोक कर्जबाजारी होऊन किंवा बँकेचे कर्ज घेऊन परदेशात जाऊन बसतात किंवा एखाद्या निर्जन ठिकाणी देवलात आश्रय घेतात. त्यामुळे कर्ज देण्यापासून कदाचित तुमची सुटका होईल. पण तुमच्या कपाळावर लिहिलेली कर्म बंधनाची रेषा ही कायम राहील. व पुढील जन्मात त्याचा लेखाजोखा तुम्हाला द्यावा लागेल.

बरेचदा आपल्याला एखाद्याची संपत्ती त्याच्या मृत्यूनंतर प्राप्त होते. तेव्हा ही संपत्ती कशा त-हेने त्या व्यक्तीने मिळवली. तसेच त्यांनी आनंदाने ही संपत्ती आपल्याला दिली काय. ह्या संपत्तीत किती लोकांचे हितसंबंध गुंतलेले होते व ते मृत्यू पावले. ह्याचा पूर्ण अभ्यास करूनच ही संपत्ती आपण घ्यावी. अन्यथा ही संपत्ती आपण दान धर्मात किंवा धार्मिक कार्यात खर्च करावी. म्हणजे संबंधित मृत व्यक्तीला सद्गती मिळेल व आपणही कर्मबंधनात अडकणार नाही व समस्याग्रस्त होणार नाही. तेव्हा प्रत्येक व्यक्तीने आपला जीवनपट उघडून पाहावा व पहावे की माझ्यावर कोणाचे उपकार तर नाही? मी कोणाचा कर्जदार तर नाही? मी कोणाची वस्तू तर आणली नाही? आपला प्रत्येक लेखाजोखा या कर्म बंधनाने बांधलेला असतो. व वेळ आली की कर्मबंधनाच्या गाठी सुटत जातात व माणसाची ससेहोलपट सुरू होते. तेव्हा प्रत्येकाने आपल्या जबाबदारीची जाणीव ठेवून कर्तव्य करावे. इझी लाईफ सूत्र अमलात आणू नये. तसेच उलट पक्षी आपले कोणावर तरी उपकार असतात किंवा आपले पैसे कोणीतरी घेतलेले असतात अशा वेळी विसरभोळ्याची भूमिका जास्त महत्त्वाची असते. आपल्या हातातून पैसे गेल्यावर ते पूर्णपणे गेले असे समजावे. विनाकारण त्यात मन गुंतवून दु:ख करू नये. नाहीतर मेल्यानंतर सद्गती मिळणार नाही व सुडवासना तयार होऊन आपणही अवकाशात फिरत राहू. प्रत्येकानी मरताना निर्विकार व्हायला पाहिजे व त्यासाठी ईश्वराचे सानिध्य महत्त्वाचे आहे. ह्यालाच म्हणता येईल आत्मोद्धार.

२७.

कर्म दोष

       माणूस जन्माला येतो तेव्हा आपल्या सोबत अनेक दोष सोबत घेऊन येतो. हे दोष काही त्याच्या मागच्या जन्मीचे असतात. काही पूर्वापार आलेले असतात. सृष्टी निर्माण झाली तेव्हापासून आपल्या प्राचीन ऋषीमुनींनी माणूस जन्मापासून तर मरेपर्यंत यम-नियम, आचार-विचार, आहार-विहार या सर्वाबहल अभ्यास करून नियम तयार केलेले आहेत. त्या नियमानुसार मनुष्यानी आपले जीवन जगले तर तो मरेपर्यंत सुखी व समाधानी राहतो. पण नियमांच्या विरुद्ध गेलो किंवा त्याकडे दुर्लक्ष केले तर त्याची अधोगती होते. व कर्मदोषांचा साठा त्याच्या जीवनात तयार होतो. व हेच कर्मदोष पुढे त्याच्यासाठी संकटे व समस्या निर्माण करतात. उदाहरणार्थ श्राद्धविधी व्यवस्थित न केल्यास पितृदोष तयार होतो.

       पाप व दोष यात फरक आहे. पाप हे दोन व्यक्तित होते. जसे हत्या व्यभिचार पैसे लुबाडणे वगैरे. पण दोष हे आपण स्वतः करतो. आपण आपल्या जीवनात कोणत्याही यम-नियम, आचार-विचार, आहार-विहार याबहल असणाऱ्या नियमांचे पालन न करिता आपण आपले जीवन जगत असतो. आपण आपले आयुष्य एक सहज जीवन म्हणून जगतो. खाण्याबहल वागण्याबहल कोणतीही दखल आपण घेत नाही. त्याचा परिणाम केवळ आपल्यावरच नाही तर संपूर्ण घरावर होतो. सध्यासृष्टीवर कलीचे राज्य आहे व तो राहू-केतू सोबत बेलगाम वागत सुटला आहे. तसेच त्याला सोबत अलक्ष्मी व कदान्नपूर्णा करत आहेत. अलक्ष्मी मुळे सहज पैसा उपलब्ध होत आहे. कदान्नपूर्णामुळे निषिद्ध अन्न मनुष्यप्राणी खात आहे. त्यामुळे तो आळशी व विचारहीन बनला आहे. देवधर्म, चांगले आचार विचार नष्ट होत आहे. त्यामुळे नकारात्मक शक्तीचा उदय होत आहे. एक नकारात्मक शक्ती ही आपल्या सोबत दहा नकारात्मक शक्ती तयार करते. त्यामुळे जो देवधर्म करतो, चांगला वागण्याचा प्रयत्न करतो, त्याला अतिशय त्रास होतो. घरात देवाची पूजा

होत नाही. देवाची पूजा करताना घरात भांडणे होतात. कोणाची तरी चिडचिड होते. कोणी रागाने देवाची पूजा करतो. लहान मुले पूजा करताना रडतात. प्रत्येकाला देवाची पूजा हे संकट वाटते. ज्या घरात देवाची पूजा व इतर देवधर्म होतात. ते घर टिकून राहते.

मूल न होणे, फक्त मुलीच होणे, फक्त मुलेच होणे, लग्न न होणे, अनेक संकटे व समस्या निर्माण होणे हे सर्व कर्मदोषाचाच भाग आहे. जेव्हा तुम्ही अशौच किंवा सुतकात असाल किंवा कोणताही वाईट दिवस असेल त्या दिवशी चांगले काम किंवा पैशाचे काम करू नये. ते टाळावे. अन्यथा नुकसान होण्याची शक्यता जास्त असते. कारण अशा दिवसात वाईट दोषांना जास्त बळ मिळते व तुमच्या रक्षणासाठी देवाचे पाठबळ देखील कमी मिळते. कोणाचीही वस्तू आपल्या घरात आणू नये व ती आपण वापरू नये. त्या वस्तूत जुन्या व्यक्तीचा दोष असतो व तो आपल्याला लागतो. ऐपत असताना दानधर्म जरूर करावा. पण ऐपत नसताना कर्ज काढून मोठेपणा मिळविण्याकरता दानधर्म करू नये. अशा दानधर्मामुळे आपल्या जवळच्या माणसांना त्रास होतो व ते दोष आपल्याला लागतात.

अन्न ग्रहण करताना अन्नपूर्णेचा अपमान होऊ नये याची काळजी घ्यावी लागते. उभ्याने जेवणे. हातावर ताट घेऊन जेवणे, गादीवर जेवणे, जेवताना आवाज करणे, बोट सोडून जेवणे, घास तोंडात फेकणे किंवा जीभ बाहेर काढून त्यावर घास ठेवणे असे अनेक प्रकारांनी अन्नाचा अपमान होतो. परान्न घेणे, कदान्न घेणे अशा अनेक प्रकारांनी अन्नदोष तयार होतो व पुढे या लोकांना पैसा असून अन्न खाता येत नाही.

बाटलीतून उभ्याने पाणी पिण्यामुळे दारू पिल्याचा दोष लागतो. मनुष्य वयाच्या ४०-४५ वर्षापर्यंत कसा वागतो यावर त्याचे म्हातारपण अवलंबून असते. आपल्या घरातील देवधर्माबद्दल माणसांनी अतिशय जागरूक असले पाहिजे. त्यासंबंधी असलेल्या चालीरीती व्यवस्थित सांभाळल्या पाहिजे. ज्या ठिकाणी असे नियम पाळले जात नाहीत, ते घराणे नष्ट व्हायला वेळ लागत नाही. देवधर्माबद्दल खेळ, त्यावर विनोद, देवधर्म न सांभाळणे, याचा परिणाम आपले मुलं-मुली खालच्या जातीत संबंध निर्माण करतात. पर्यायाने घराणे नष्ट होते.

काही लोकांना आपली कुलदेवता माहीत नसते. तेव्हा आपल्या घराण्यातील लोकांना शोधून त्यांना कुलदेवते बहल विचारावे व आपली कुलदेवता शोधून काढावी. कुलदेवतेचा कोप म्हणजे घराणे नष्ट करणे होय. *'आता मी गुरु केला आहे. आता मला कोणत्याही देवी देवतेची पूजा करण्याची गरज नाही'* हा सर्वात मोठा दोष आहे. आपण ईश्वराला मिळविण्याकरता गुरु करीत असतो. ईश्वरालाच सोडले तर गुरु कशाला करायचा. संध्या, पूजा, तुळशीची पूजा, सूर्याला अर्घ्य ही प्राथमिक पूजा आहे. या पूजा झाल्याशिवाय इतर कोणत्याही पूजेचे फळ मिळत नाही. आपले दोष नष्ट करण्याकरता तीर्थस्थान, प्रदक्षिणा, जप हे कोणतीही भीड न ठेवता करावे. आपल्याला कोणी काही म्हणेल काय या विचाराने आपण काहीही करू शकत नाही. सर्व देवधर्म निःसंकोच पणे मांजरीसारखे डोळे मिटून करावे. वृद्धाश्रमात लोकांना जेवू घालणे. गरजू व्यक्तीला मदत करणे. ब्राह्मण सुवासिनी जेवू घालणे. यामुळे आपले अनेक दोष कमी होतात. ब्राह्मण सुवासिनीला खाली बसवून दक्षिणा देऊनच जेवू घालावे. अमावस्येला कोणाचेही घरी जेवू नये किंवा वास्तव्य करू नये. त्यामुळे आपल्याला यजमानाचे दोष लागून एक महिन्याचे आपले पुण्य यजमानाला जाते. श्राद्धाचे जेवण करण्याकरता शक्यतोवर जाऊ नये. पण जाणे भाग पडल्यास जेवून आल्यानंतर संध्याकाळी आंघोळ करावी. त्यामुळे श्राद्धाच्या जेवणाचा दोष नष्ट होतो. स्मशानातून घरी आल्यावर आंघोळ केल्याशिवाय पाणीदेखील पिऊ नये. तसेच अंघोळ झाल्यावर जानवे देखील बदलावे.

काही लोकांचे दोष एवढे वाढलेले असतात की त्यांना देवधर्माची भीती वाटते. आपल्या घरी एखादा धार्मिक विधी असेल तर या लोकांचा जीव कासावीस होतो. काही लोक आपण खूप धार्मिक आहोत असे दाखवितात पण प्रत्यक्षात धार्मिक विधी करायचे काम पडलेच तर ह्यांचे हातपाय कापायला लागतात. हे लोक जागृत देवस्थान किंवा तीर्थस्थान या ठिकाणी जाऊ शकत नाही. तसेच प्रसादाचे नारळ किंवा तांदूळ हे लोक फेकून देतात. याचे कारण हे लोक देव व पितर यांच्यापासून दूर गेलेले असतात. व यांच्या घराचा ताबा वाईट नकारात्मक शक्तीने घेतलेला असतो. म्हणूनच देवधर्माला चिकटून राहावे.

जेव्हा तुम्ही व्रत वैकल्ये करता तेव्हा तुमचे दोष त्यात अनेक अडचणी निर्माण करतात. तुमच्या वासना तीव्र होतात. काही प्रलोभने तुमच्यासमोर येतात. वासना व प्रलोभनाद्वारे तुम्ही बळी पडला की तुमचा व्रत भंग होतो व सारी मेहनत वाया जाते. व दोष आपल्या शरीरात तसेच घर करून राहतात. त्यामुळे व्रतवैकल्यात शेवटपर्यंत संयम ठेवून व्रत पूर्णत्वास नेले पाहिजे. म्हणजे तुम्हाला योग्य फल मिळून त्या प्रमाणात तुमचे दोष कमी होतील.

तुम्ही तुमच्या घरात जर भक्तीभावाने देवाची पूजा करत असाल तर खालील गोष्टी देवाला जरूर मागा. संपूर्ण पूजा झाल्यावर डावा हात उजव्या कानाला व उजवा हात डाव्या कानाला लावून जमिनीवर डोके टेकवावे व म्हणावे

"मी जी काही सेवा केली ती गोड मानून घे. चूक भूल क्षमा कर. माझ्या हातून कोणतेही पाप होऊ देऊ नको. सर्वांना सुखी ठेव. माझे सर्व दोष निवारण कर."

या सर्व गोष्टीमुळे आपल्या शरीरात व सभोवताली सकारात्मक शक्तीचा उदय होईल व आपले दोष कमी होत जातील. यालाच म्हणता येईल आत्मोद्धार!

|| ज्ञानयोग ||

२८.

देव

देव, पितर व निसर्ग म्हणजेच पंचमहाभूते हे मनुष्य व इतर प्राण्यांचे ऊर्जा स्त्रोत आहेत. यांच्यामुळेच सृष्टीचे अस्तित्व टिकून आहे. पर्यायाने माणसाचे अस्तित्व टिकून आहे. म्हणजेच सर्वच एकमेकावर अवलंबून आहेत. मनुष्याने यांच्याशी संबंध तोडला तर माणसाचे अस्तित्वच धोक्यात येईल. पण कोणीही याचा विचार करीत नाही आणि सर्वजण देव पितर व पंचमहाभूते यांच्यापासून दूर जायला लागले. आपण याबद्दल विस्तृत विवेचन करूया.

देवाधीनं जगत्सर्व मंत्राधीनं च दैवतं।
ते मंत्रा ब्राह्मणाधीना ब्राह्मणो मम दैवतम्॥

(गुरुचरित्र २८. २३०)

ईश्वराने ही सर्व सृष्टी निर्माण केली. या सृष्टीतील सर्व जीवांचे संबंध हे ईश्वराशी निर्माण केलेले आहे. म्हणजेच काय तर सर्व एकमेकावर अवलंबून आहेत. मनुष्य हा फक्त बुद्धिवादी आहे. त्यामुळे या सृष्टीचे रक्षण करणे ही जबाबदारी मनुष्य प्राण्यावर आलेली आहे. ईश्वर हा चैतन्यातीत आहे. म्हणजेच काय तर तुम्ही या ईश्वराची जेवढी भक्ती कराल किंवा पूजा अर्चना कराल तेवढी ही ईश्वरी चेतना चैतन्यमय होईल. हे चैतन्य मंत्र, तंत्र, भक्ती, अनेक स्तोत्र व नामस्मरणाद्वारे निर्माण होते व हे काम ब्राह्मणाकडे मुख्यतः दिलेले आहे. तसेच इतर समाजाकडे सुद्धा ईश्वरी शक्तीची जोपासना करण्याचे काम दिलेले आहे. हे काम समाज जितके चांगल्या त-हेने करेल. तेवढीच या सृष्टीवर आनंद, समाधान, शांती निर्माण होईल व त्याकरिता आपल्या ऋषीमुनींनी ईश्वराचा व या सृष्टीचा अभ्यास करून अनेक नियम करून ठेवलेले आहेत. या नियमांचे पालन करून मनुष्याने आपले आचार, विचार, आहार, विहार ठरविले तर मनुष्याचे जीवन सुखी होईल.

पण या कलियुगात मनुष्य प्राणी भरकटत चालला आहे. धर्माप्रमाणे वागण्यापेक्षा तो जास्तीत जास्त अधर्माने वागायला लागला आहे. आज घराघरात देवाचे स्थान लुप्त होत चालले आहे. घरात देव ठेवायला जागाच नसते. काही ठिकाणी देव फळीवरती ठेवतात. देव ठेवण्याची जागा ही ईशान्येकडे असते. पण देव कुठे ही ठेवण्यात येतात. देव ज्या खोलीत ठेवण्यात येतात त्या ठिकाणचा दरवाजा बाहेर निघेल असा नको. आपण जी काही ईश्वरी भक्ती करतो त्याचे तेजोवलय वास्तुदोषाच्या घरात २१ दिवसाच्या वर टिकून राहत नाही.

देवाची जागा ईशान्येकडे असून पूजा करताना आपले तोंड देवाकडे म्हणजेच पूर्व दिशेला पाहिजे व ही जागा कायमची असावी. काही दिवसांनी ही जागा सिद्ध भूमी तयार होते. देव सुद्धा जागृत राहतात. व तुम्हाला आणि तुमच्या घरातील लोकांना मार्गदर्शन करतात.

देवांना कधीही पाण्यात ठेवून कामाकरता जाऊ नये. देवांची पूजा करूनच घराच्या बाहेर पडावे. देवांची प्राणप्रतिष्ठा झालेली असते. तेव्हा देवांना सुद्धा आपल्या प्रमाणेच वागणूक दिली पाहिजे. तुम्हाला पाण्यात ठेवले तर काय होईल. तुमच्यावर संकट आले तर देवाची प्रार्थना करा. जप करा. देव तुम्हाला मार्ग काढून देईल. देवाची सकाळी सहाच्या अगोदर पूजा झाली तर तुमचे अनेक कामे सिद्धीस जातात.

हल्ली घरातल्या देवा पेक्षा बाहेरच्या देवाला जास्त महत्त्व देण्यात येते किंवा तीर्थक्षेत्रावर खूप गर्दी असते किंवा लांब रांगा असतात. असे कधीही करू नये. आपल्या घरात देवाचे जागृत स्थान निर्माण करावे. प्रथम घरचे देव नंतर बाहेरचा देव हे सूत्र लक्षात ठेवावे. आपल्या घरात देवाला मुख्य कुटुंब प्रमुखाचा मान असतो. त्यामुळे त्याची पूजा नैवेद्य होणे आवश्यक असते. ज्या घरात देवाला मुख्य व महत्त्वाचे स्थान असते. त्या घराची नेहमीच भरभराट होत राहते. प्रत्येक देवाची एकच मूर्ती देवघरात असावी. जास्तीच्या मुर्त्या एका डब्यात बंद करून देवघरातच ठेवाव्या. विनाकारण देव व फोटो वाढवू नये. पंचायतन देव, सूर्याची व नागाची प्रतिमा देवात असावी. कुलदेवी व कुलदेवता देवात असणे आवश्यक आहे. पूजा करताना देवांना योग्य सन्मान घ्यावा व भक्तीपूर्वक पूजा करावी. पूजेच्या अगोदर व संध्याकाळी संध्या करणे आवश्यक आहे. अन्यथा पूजेचे फळ मिळत नाही. आपल्या

घरात मोठा धार्मिक कार्यक्रम असेल तेव्हा संध्या व पूजा झालेली असावी. पूजा करताना बसायला मृगाजीन घेऊ नये. दर्भासन किंवा कंबलासन घ्यावे. देवाची पूजा घरातील प्रमुख माणसाने करणे आवश्यक असते. स्त्रियांनी तुळशीची पूजा अवश्य करावी. आपल्या घरात फक्त एकच शंख असावा व त्यात नेहमी पाणी असावे. रिकामा ठेवू नये. देव तांम्हणात घेताना शंखातील जुने पाणी आपल्या सभोवताली प्रोक्षण करावे.

जर एखाद्या वेळेला आपल्या घरात पूजा करायला वेळ नसेल किंवा त्या देवाकडे लक्ष द्यायला कोणीही नसेल अशा जास्तीच्या मूर्ती मंदिरात किंवा कुठेतरी ठेवू नये तर तिचे विधिवत पूजन करून तिला वाहत्या पाण्यात सोडावे.

सकारात्मक ऊर्जा घरात येण्याकरता दारासमोर पाणी टाकून रांगोळी काढलेली असावी. देवाची पूजा करणे किंवा सेवा करणे सोपे नाही. देवाची पूजा करण्याची इच्छाच होत नाही. देवाची पूजा करताना त्यात अनेक अडचणी येतात. देवाची पूजा झाल्यावर देवाला स्पर्श करू नये. देवाची पूजा शुचिर्भूत होऊन केली पाहिजे. आपण जितकी भक्तीपूर्वक व चांगली पूजा करू तेवढे तेज त्या मूर्तीवर येते. देवाला स्पर्श केल्याने ते तेज नष्ट होते. देवाला दुरूनच नमस्कार करावा. घराच्या बाहेर जाताना घरातील देवाचे दर्शन घेऊनच निघावे. त्यामुळे आपल्या सभोवती देवाचे सुरक्षा कवच राहते.

मंदिरातील नियम पाळूनच मंदिरात देवाचे दर्शन घ्यावे. रांग तोडून किंवा भांडणे करून देवाचे दर्शन घेऊ नये. त्यामुळे दर्शनाचे फळ मिळत नाही. देव हा व्यक्ती सापेक्ष असतो. एखाद्याला देवाची मूर्ती दिसल्याबरोबर माझा देव म्हणून डोळ्यातून आनंदाश्रू येतील तर एखादा केवळ हात जोडून निघून जाईल. देवाला भक्त फार आवडतो मग त्यानी चुकीचे स्तोत्र म्हटले किंवा चुकीचे नाव घेतले तरी देवाला आनंद होतो. ज्या घरात देवाधर्माचे वातावरण असते त्या ठिकाणी आनंद, सुख, समाधान असते.

काही ठिकाणी देव अडगळीत टाकण्यात आले आहेत. देव म्हणजे संपत्ती. या संपत्तीला जो मिळवतो त्याला कशाचीही कमी पडत नाही. ज्या ठिकाणी देवधर्माचे पालन होते त्या ठिकाणी यम नियम पाळले जातात. आचारसंहितेचे पालन होते. आहार सात्विक व

संस्कारयुक्त असतो. विहारावर अंकुश येतो. चांगले विचार तयार होतात व पुढे ध्यानधारणे कडे लक्ष देण्यात येते. पर्यायाने पाप व दोष याचे क्षालन होऊन व्यक्तीला सद्गती प्राप्त होते व पुढे चांगला जन्म मिळतो. म्हणजेच आत्मोद्धार!!

२१.

पितर

आपली वंशावळ सांभाळणारी ईश्वरनिर्मित संस्था म्हणजे पितर. तुमच्या घरात किंवा वंशात ही संस्था व्यवस्थित कामकाज करीत असेल तर तुमच्या वंशाची भरभराट होते. अन्यथा वंशावळ मोडकळीस निघते. आज ८० टक्के लोकांच्या कुंडलीत कालसर्पयोग असतो व त्यापैकी जास्तीत जास्त कुंडलित पितृदोष किंवा शापित योग असतो. तसेच अनेक कुंडलीत चांडाल योग, व्यभिचारयोग, विकलांग योग असे अनेक योग असतात. वास्तुदोष तर ८० टक्के लोकांच्या कुंडलीत असतो. याचे कारण की घरात देवधर्म व्यवस्थित तर होत नाहीच पण श्राद्ध कर्म सुद्धा व्यवस्थित होत नाही.

मृत्यूनंतर सद्गती मिळण्याकरता धर्मशास्त्रात श्राद्धकर्माच्या तंत्र व मंत्र युक्त अतिशय चांगल्या शास्त्रोक्त विधी आहेत. व्यक्तीला सद्गती किंवा दुर्गती मिळणे हे त्याच्या कर्मानुसार ठरते पण त्याच्या आत्म्याला या विधीने गती नक्कीच मिळते. मनुष्य मरण पावल्यानंतर तेरा दिवस आपल्या घरासभोवती फिरत असतो व चौदाव्या दिवशी पिंडदान केल्यानंतर त्याला गती मिळते. जर हे विधी विधिवत झाले नाही तर माणसाला गती मिळत नाही व त्याचा आत्मा घरासभोवती भटकत असतो. आपल्या जवळच्या लोकांना त्रास देतो. हा त्रास अनेक प्रकारचा असतो. त्यात मुख्यतः वंश वाढू न देणे. हा त्रास बहुतेक ठिकाणी दिसून येतो. रोगराई होणे, भांडण तंटे होणे, शत्रू तयार होणे असे अनेक प्रकारे त्रास होतो.

मृत्यूनंतर पूर्ण १४ दिवस मृत व्यक्तीचे श्राद्ध कर्म असते. आपण एक ते दहा दिवसापर्यंतचे श्राद्ध कर्म दहाव्या दिवशी व नंतर अकराव्या व बाराव्या दिवशीचे श्राद्ध कर्म असते. तेरा व चौदाव्या दिवशीचे श्राद्ध कर्म घरी असते. काही लोक या दिवसात काटछाट करतात व कधी कधी तीन दिवसातच मृत व्यक्तीचे श्राद्ध कर्म आटोपतात. हे अतिशय वाईट आहे व पुढील वंशात त्याचा त्रास होतो.

आपल्या घरात अनेक वर्ष श्राद्ध कर्म होत नाही. पितृपक्षात पक्ष, सर्वपितृ अमावस्या करणे, अक्षय तृतीया करणे हे सुद्धा व्हायला पाहिजे पण ते केल्या जात नाही. एखादा व्यक्ती मृत झाल्यास त्याचे सर्व श्राद्ध कर्म श्रद्धापूर्वक न करता ते 'उरकवून टाका' या पद्धतीने केल्या जाते. त्यामुळे श्राद्धाचे फल योग्य प्रकारे मिळत नाही. तसेच वृद्धाश्रमात जेवण देणे. अनाथ आश्रमात मदत करणे. यामुळे सुद्धा पुष्कळ अंशी पितृदोष कमी होतो. तसेच श्राद्धाची दक्षिणा त्याच वेळी व भरपूर द्यावी. श्राद्धात अन्नदान महत्त्वाचे असते. श्राद्धविधी कुठे ही करता येत असला तरी तो आपल्या घरीच करणे जास्त योग्य असते. श्राद्धात कोणतेही अपशब्द वापरू नये. कालसर्प असो किंवा नसो पण प्रत्येक व्यक्तीने एकदा त्र्यंबकेश्वरला जाऊन नारायणबली-नागबली व कालसर्प पूजा जरूर करावी. त्यामुळे आपले अनेक दोष कमी होतात.

आपल्या शास्त्रात गर्भधारणापासून मृत्यू-उपरांत असे सोळा संस्कार असतात व मृत्यूनंतरचा संस्कार हा सोळावा संस्कार आहे. हा संस्कार अतिशय श्रद्धापूर्वक केला पाहिजे. मृत व्यक्तीचा फोटो फक्त श्राद्धापुरताच लावावा. नंतर मृत व्यक्तीचा फोटो घरात ठेवू नये. मृत व्यक्तीचा फोटो लावायचा असल्यास ज्या ठिकाणी इतर देवी देवतांचे फोटो नाहीत अशा ठिकाणी लावावा. आपल्या देवघरात मृत व्यक्तीचा फोटो कधी ही ठेवू नये. कारण मृत व्यक्ती ही सामान्य मनुष्य असते. ती देवाची बरोबरी करू शकत नाही. देवघरात किंवा देवी देवतांच्या फोटो बरोबर मृत व्यक्तीचा फोटो लावल्यास त्या घराची अधोगती होते. घरातल्या लोकांची मानसिक स्थिती बरोबर राहत नाही. चौदाव्या दिवसापासून मृत व्यक्तीला गती मिळत असते. त्या दिवसापासून मृत व्यक्तीची आठवण काढू नये किंवा फोटोकडे पाहून शोक करू नये. त्यामुळे मृत व्यक्तीला त्याच्या गंतव्य स्थळाला जाण्यासाठी अडथळा निर्माण होतो. देव किंवा पितर यांची आठवण काढल्याबरोबर किंवा आवाहन केल्याबरोबर ते त्या ठिकाणी हजर होतात. दरवर्षी मृत व्यक्तीचे श्राद्ध केल्यास किंवा पितृपक्षात पक्ष केल्यास पितर संतुष्ट राहतात व त्यामुळे आपली वंशावळ सुखी व समाधानी राहते. काही लोक मृत व्यक्तीचे श्राद्ध कर्म न करता कुठेतरी किंवा एखाद्या संस्थेला तेवढी रक्कम दान देतात. असे करू नये. श्राद्ध कर्म वेगळे व दान धर्म वेगळे.

प्रत्येक गोष्टीला वेगळे महत्त्व असते. श्राद्ध कर्म व्यवस्थित न करणे म्हणजे पितृदोष निर्माण करणे किंवा पीतरांचा रोष ओढवून घेणे होय व त्याचा परिणाम आपल्या वंशवेलीवर होतो. मृत व्यक्तीचे अवयव दान करणे ठीक आहे. पण संपूर्ण देह दान करू नये. कारण देहावर मृतव्यक्तीप्रमाणे संस्कार व्हायलाच पाहिजे. अन्यथा त्या व्यक्तीला गती मिळत नाही. कारण मृत व्यक्तीच्या देहात अनेक वासना असतात. व त्या वासना आपल्या लोकांना त्रास देतात. देहदान करण्यासाठी फार मोठी आध्यात्मिक उंची गाठावी लागते. तो देह वासना रहित व षड्रिपूरहित व्हायला पाहिजे. देहदान करून स्वतःची दुर्गती करण्यापेक्षा जिवंत असताना देहाने दान करा. त्यामुळे सद्गती मिळण्याकरता मदत मिळेल. मृत व्यक्तीचे वर्ष श्राद्ध कर्म होईपर्यंत जवळच्या व्यक्तींनी त्याच्या सद्गती करता तीर्थयात्रा व त्या ठिकाणी दानधर्म पूजा किंवा अन्नदान करावे. तसेच वर्षभर अशा प्रकारचे विधी आपल्या घरी करावेत. मृत व्यक्ती मृत झाल्यानंतर दहाव्या दिवशीचा विधी आटोपल्यानंतर प्रत्येक मुलांनी वपन (मुंडन) करणे आवश्यक असते. कारण सुतक संपल्यानंतर मुलांनी केस न काढल्यास त्याचे दोष लागतात. मुंडन केल्याशिवाय मुलगा शुद्ध होत नाही. तसेच मृत व्यक्तीच्या वस्तू दान कराव्यात किंवा नष्ट कराव्यात. कारण त्या वस्तूत मृत व्यक्तीची वासना गुंतून राहते. मृत व्यक्तीच्या श्राद्धाची चेष्टा करू नये. काय ते भाताचे गोळे मूर्खपणा आहे असे कोणी म्हटल्यास त्याला प्रचिती आल्याशिवाय राहत राहत नाही.

सध्या 'उरकवून टाका' ही पद्धत खूप प्रचलित होत आहे. तुमच्या संकटात जर ईश्वर, पीतर व पंचमहाभूते यांनी 'उरकवून टाका' अशी स्थिती निर्माण केली तर तुमचे काय हाल होतील याचा प्रत्येकाने विचार करायला पाहिजे कारण जसे कर्म तसे फल हा नियमच आहे.

अनेक लोक मृत व्यक्ती मृत्यू झाल्यानंतर वर्षश्राद्ध होईपर्यंत मृत व्यक्तीला आवडणाऱ्या गोष्टींचा त्याग करतात. ह्या विषयची शास्त्रोक्त माहितीबद्दल मला माहिती नाही. पण जर आपल्याला एखादी वस्तू सोडायची आहे तर जी वस्तू खाणे आपल्या शरीराला घातक आहे अशी वस्तू खाण्याचे सोडल्यास त्याचा फायदा आपल्याला जीवनभर होईल. उदाहरणार्थ तंबाखू, सुपारी दारू वगैरे.

ईश्वरी स्थानानंतर पितरांचे स्थान फार महत्त्वाचे असते. पितरांची प्रत्येक तऱ्हेची पूजा ही अतिशय गंभीरपणे व श्रद्धेने कोणतीही काटछाट न करता केली पाहिजे. यावर तुमचेच नाही तर पुढील पिढीचे सुद्धा भविष्य अवलंबून असते. अन्यथा घराणे नष्ट होऊ शकते. तेव्हा आपण पीतरांना योग्य सन्मान देऊ. ह्यालाच म्हणता येईल. आत्मोद्धार!

३०.

निसर्ग: पंचमहाभूते

<u>सूर्य (तेज तत्व)</u>

संध्या का करावी?

संदर्भ: *"चन्द्रमा मनसो जातश्चक्षो: सूर्यो अजायत।"* पुरुष सूक्त मधील हा श्लोक!

एक:

चंद्र हा आपल्या मनाचा कारक ग्रह आहे व नेत्राचा कारक ग्रह सूर्य आहे. चंद्र हा चंचल असून तो स्थिर नाही व तो सूर्यावर अवलंबून आहे. आपले मन स्थिर करण्याकरता सूर्याची उपासना महत्वाची आहे. आपण सूर्याला अर्घ्य देतो व अर्घ्य देताना पाण्याकडे पाहतो. आपल्या नेत्राद्वारे आपण ते तेज आपल्या शरीरात आत्मसात करतो व त्यामुळे आपली आत्मिक शक्ती वाढते. परिणाम स्वरूपआपले मनही बळकट होते.

दोन:

आपली राशी, आपली कुंडली व आपले पंचांग हे चंद्रावर आधारित आहे. पण चंद्र सूर्यावर अवलंबून असल्यामुळे सूर्य कोणत्या लग्नात होता? यावर जन्म-लग्न कुंडली तयार होते व त्यानुसार आपले भविष्य तयार होते.

तीन:

आपल्या शास्त्रात असे सांगितले आहे की दररोज सूर्याशी लढायला तीस कोटी मन्देह नावाचे राक्षस येतात. सूर्याला अर्घ्य दिल्याने ते राक्षस मरतात. जर तुम्ही अर्घ्य दिले नाही तर सूर्याला पराभव पत्करावा लागेल. त्यामुळे मनुष्याची सर्व कामे थांबतील.

वास्तविक सूर्य कुठे व आपण कुठे? आपल्या शरीरात पंचमहाभूतांचा समावेश असतो. त्यातील एक तेज आहे. सूर्य तेजाचे प्रतीक आहे. या तेजामुळे आपण निरोगी राहतो. मन्देह राक्षस म्हणजे मन व देह यांना त्रास देणारे जंतू, आपल्या शरीरावर दररोज २४ तासात जवळजवळ तीस कोटी जंतू तयार होतात. मल, मूत्र, कफ आदि अनेक प्रकारांनी हे आपल्या शरीरावर चाल करून येतात. आपण शौच, मुख, मार्जन, आंघोळ, व्यायाम याद्वारे या जंतूचा विनाश करतो. नंतर सर्वात पहिले आपल्याला संध्या सांगितलेली आहे. या संधेमध्ये प्राणायाम द्वारे शरीरात प्राणवायू ग्रहण करतो. अघमर्शन द्वारे राहिलेले जंतू नष्ट करतो. नंतर सूर्याला अर्घ्य देतो. त्यामुळे आपले तेज वाढते. तसेच गायत्री मंत्राद्वारे आपली बुद्धी प्रकाशमान होते. या सर्वांमुळे आपले मन स्थिर व बळकट होते. सूर्य व चंद्र दोघांचेही बळ आपल्याला प्राप्त होते. त्यामुळे संध्या न केल्यास आपण शुद्ध होत नाही व आपल्याला इतर कोणत्याही पूजेचे फळ प्राप्त होत नाही.

भाग दोनः

सूर्य आपल्या ग्रह मालिकेतील प्रमुख देवता, म्हणजेच तारा व तेज. आपल्या शरीरात पंचमहाभूतांचे अस्तित्व आहे. त्यातील तेज म्हणजे सूर्य. आपले तेज जेव्हा सूर्याच्या तेजाच्या संपर्कात येते. तेव्हा आपले शरीर तेजोमय होत जाते. त्याकरता सूर्यपूजा, सूर्यनमस्कार, सूर्याला अर्घ्य, संध्या हे आवश्यक आहे. या सर्व साधनांमुळे आपण निरोगी तर राहतोच शिवाय आपली आत्मिक शक्ती पण वाढत जाते. त्याची सविस्तर माहिती आपण पाहू.

१. सूर्य पूजाः

रविवार हा सूर्याचा वार आहे व पौष महिना सूर्य उपासनेचा महिना आहे. पूर्वी पौष महिन्यातील रविवारी अंगणात सूर्याची रांगोळी काढून त्याची पूजा करीत असत. अनेक स्त्रिया आजही दररोज तुळशीला पाणी, पूजा व सूर्याची पूजा नित्य करीत असतात. त्यामुळे त्या निरोगी व तेज पुंज असतात. आपल्या घरात पूजेमध्ये सूर्याची प्रतिमा

अवश्य असावी. त्या प्रतिमेला बारा दूर्वा, सूर्याची बारा नावे घेऊन वहाव्यात. सूर्याची बारा नावे पुढीलप्रमाणे आहेत.

२. सूर्यनमस्कार:

सूर्यनमस्काराचा व्यायाम हा सर्वोत्कृष्ट व्यायाम आहे. हा व्यायाम केल्यानंतर इतर कोणताही व्यायाम करण्याची गरज नाही. सूर्याची बारा नावे घेऊन बारा सूर्यनमस्कार घालावेत. किंवा कुवतीप्रमाणे सूर्यनमस्कार व्यायाम करावा. सूर्यनमस्कारामुळे सर्व शरीराला समतोल व्यायाम होतो. सूर्यनमस्कार ही सूर्य पूजाच आहे.

३. सूर्याला अर्घ्य:

ही अतिशय सुंदर सोपी व जास्त फायदेशीर पूजा आहे ती अशी. एका लोटीमध्ये (शक्यतोवर तांब्याची) शुद्ध पाणी भरून घ्यावे. त्यात हळद, कुंकू, अक्षता व एक तुळस व एक दुर्वा टाकावी. एक लाल फुल टाकावे. एका उंच जागेवर उभे राहावे. अर्घ्याचे पाणी जमिनीत जाईल अशा ठिकाणी उभे राहावे. कोणाच्या पायाखाली ते पाणी येऊ नये. हात उंच करून सूर्याकडे तोंड करून आपल्या अर्घ्याकडे पहावे. सूर्याकडे पाहू नये. म्हणजे सूर्याचे तेज त्या पाण्यातून आपल्या डोळ्यावर येईल व सर्व शरीराला त्याचा फायदा होईल. अर्घ्य देताना सूर्याची बारा नावे घ्यावीत. लोटीतील तुळस फुल व दूर्वा खाली पडू द्यावी. लोटीत थोडेसे पाणी शिल्लक ठेवावे. लोटी खाली ठेवावी. स्वतःभोवती एक प्रदक्षिणा मारावी. नंतर लोटीतील शिल्लक पाणी तीर्थ म्हणून घ्यावे. तसेच पाणी आपल्या अंगावर शिंपडून घ्यावे व तुळस खाऊन घ्यावी. तीर्थ हातावर घेऊन खालील प्रमाणे मंत्र म्हणावा.

यामुळे तुमचे शरीर निरोगी राहील व काही व्याधी असल्यास त्या बऱ्या होतील. सर्वव्याधीवर हे बिन पैशाचे औषध आहे. नंतर सूर्याला साष्टांग नमस्कार घालावा.

४. संध्याः

प्राचीन ऋषीमुनींनी आपल्या हिंदू धर्मातील वेद, उपनिषद व इतर अनेक गोष्टींचा अभ्यास करून अनेक धार्मिक व शास्त्रोक्त विधि शोधून काढलेत. याच्यामागे एकच उद्देश होता, तो म्हणजे मानव जातीचे कल्याण. संध्या विधी त्यातील एक आहे. संध्या म्हणजे सुरक्षा कवच. पण आज संध्या करण्याकरता दहा पंधरा मिनिटे देखील वेळ मिळत नाही. त्यामुळे संध्येचा अनुभव कसा मिळणार. देवपूजा देखील घरात देव आहे म्हणून देवाची पूजा करायची. म्हणजे देवाचा सुद्धा अनुभव नाही. पण ज्यावेळी समस्या किंवा संकट येते. त्यावेळी संध्या व देवाचे महत्त्व कळते.

पूर्वींच्या काळी ऋषीमुनी दिवस निघायच्या अगोदर नदीवर जायचे. त्याच ठिकाणी प्रातर्विधी आटोपून ध्यानधारणा करायचे. संध्येला सुरुवात दिवस उजाडता उजाडता करायची व सूर्य अर्धा उगवला की अर्घ्य द्यायचे. यावेळची संध्या अतिशय लाभकारी असते. सूर्याची कोवळी किरणे शरीरावर पडल्यामुळे शरीर केवळ निरोगीच नाही तर तेजपुंज होते. या वेळची गायत्री देवीची आराधना व जप हे माणसाला प्रकाशमान करते. माणसाची प्रज्ञा जागृत होऊन प्रत्येक वस्तूचे व वनस्पतीचे ज्ञान प्राप्त होते. आजही आपण आपली संध्या आपल्या घरात ज्या ठिकाणी ऊन येत असेल त्या ठिकाणी बसून करावी. किंवा घरातील अंगणात मोकळ्या जागी करावी. या सकाळच्या उन्हाचा अतिशय चांगला अनुभव प्रत्येकाला येतो.

सूर्याला अर्घ्य देताना दोन्ही हाताच्या ओंजळीत पाणी घ्यावे. अंगठे मोकळे सोडावे. सूर्याची किरणे त्या पाण्यात पडतील अशा ठिकाणी आपण उभे रहावे. ओंजळ उंच करून सूर्याला अर्घ्य द्यावे. अर्घ्याचे

114

पाणी आपल्या किंवा इतरांच्या पायाखाली येऊ नये याची दक्षता घ्यावी. अर्घ्य व गायत्रीचा जप सकाळी उभे राहूनच करावेत.

गायत्री देवीला चार देवतेंचा श्राप आहे. गायत्री मंत्राचा दुरुपयोग होऊ नये म्हणून या देवता गायत्री देवीला आपल्या बंधनात ठेवतात. त्यामुळे या श्रापातून देवीला मुक्त करून नंतरच न्यास व गायत्री जप करावा. त्या देवता म्हणजे ब्रह्मदेव, वशिष्ठ, विश्वामित्र व वरूण. गायत्री देवीला मुक्त करण्याचा मंत्र असा:

विश्वामित्र वशिष्ठ ब्रह्मदेव वरूण देवता नमो नमः
देवी गायत्री विरिंची विश्वामित्रवसिष्ठ वरूण देवता शापेभ्यो मुक्ता
भव ॥

असा मंत्र म्हणून नंतरच न्यास करावेत व गायत्रीचा जप करावा. गायत्री जप माळेनी किंवा पर्वांगुलीने मोजून करावा. अन्यथा जप निरर्थक होतो व त्याचे फळ मिळत नाही. तसेच गोत्र व प्रवराचा उच्चार करणे सुद्धा आवश्यक आहे. संध्या करताना मृगाजीन घेऊ नये, दर्भासन व त्यावर कंबलासन घ्यावे.

सूर्य आध्यात्मिक व आत्मिक शक्तीचा फार मोठा ऊर्जा स्रोत आहे. तेव्हा प्रत्येक व्यक्तीने सूर्य उपासना करून आपले अंधकारमय जीवन प्रकाशमान करावे. ह्यालाच म्हणता येईल आत्मोद्धार!

पाणी-आप तत्व

उत्तर कोरियात किम जॉन हा हुकुमशहा शासक आहे. तो नेहमी बॉम्ब, मिसाईल बनविण्यात व्यग्र असतो. एकदा त्यानी सैन्यातील काही अधिकाऱ्यांची सभा बोलाविली. सर्व अधिकारी बसलेले होते व त्यांच्यासमोर पाण्याची बाटली ठेवली होती. काही वेळानी अनेक लोकांना उलट्या व्हायला लागल्या. कोणाला काहीच कळत नव्हते. तिथे पाण्याच्या बाटली व्यतिरिक्त इतर काहीही खायला नव्हते. त्यामुळे बाटलीतील पाण्याचे परीक्षण करण्यात आले. तेव्हा पाणी दूषित झालेले होते. व त्याला दारूगोळ्याचा वास येत होता. व ज्यांनी ते पिले त्यांना उलटी झाली. म्हणजे त्या पाण्यावर सभे मध्ये चाललेल्या दारूगोळा संबंधित चर्चेचा परिणाम झालेला होता.

पाण्यावरील संशोधना संबंधित लेख 'तरुण भारत' या अंकात आला होता. त्यातील ही गोष्ट. तात्पर्य हेच की पाणी हे अतिशय संवेदनशील आहे. त्यावर विचारांचा व वातावरणाचा लवकर परिणाम होतो.

ज्या ठिकाणी हवा आणि पाणी असते त्या ठिकाणी मनुष्याचे अस्तित्व निर्माण होते. पाणी हे स्वतःच एक जीवनाचा भाग आहे. पण आपण त्यालाच नावे ठेवतो. हल्ली पाणी खूप खराब यायला लागले. पाण्यामुळे रोगराई होते. असे अनेक प्रकारांनी पाण्याला नावे ठेवतो. तुम्हाला जर कोणी नावे ठेवले तर तुम्हाला काय वाटेल. तुमच्यासारखे पाणी पण जिवंत असून जीवन आहे. तुम्ही दिवसभर वाटेल तसे खाता. त्याच्यामुळे तुमचे पोट नाही बिघडत. तर पाण्यामुळे तुमचे पोट खराब होते आणि नेमके जो पाण्याला नावे ठेवतो त्याच्यासाठी पाणी विषच असते. एवढेच नाही तर त्या घरात सुद्धा पाणी वाईट परिणाम करते. त्यामुळेच पाण्याला केव्हाही नावे ठेवू नये. पाणी कितीही खराब असले तरी त्याला नावे न ठेवता त्या पाण्याचा उपयोग करू नये किंवा त्या पाण्याच्या दूर राहावे. पाण्यानी भरलेल्या बादलीला किंवा भांड्याला पायांनी कधीही ढकलू नये. तसेच पाणी असलेल्या भांड्याला पाय लागल्यास नमस्कार करावा.

ज्या घरात पाण्याचा उपयोग संध्या व पूजा करणे सूर्याला अर्घ्य देणे अशा चांगल्या कामात करतात. त्या घरातील पाणी कधीही बाधत नाही. अन्न व पाणी हे दोन्हीही मनुष्याच्या जीवनातील आवश्यक घटक आहेत. त्यामुळे आपल्या ऋषीमुनींनी दोन्हीचा उपयोग कसा करावा याचे सुद्धा शास्त्रशुद्ध नियम केलेले आहेत. पण आपण हल्ली या नियमाला डावलून आपल्या मर्जीप्रमाणे आपल्याला सोयीस्कर होईल अशा त-हेने त्याचा उपयोग करतो.

आयुर्वेदात सांगितले की 'अन्न प्यावे पाणी खावे' याचा अर्थ असा की अन्नात पातळ पदार्थ जास्त असावेत घट्ट पदार्थ कमी असावेत. पाणी सुद्धा पिताना ते खाली बसून अगदी सावकाश घोट घोट प्यावे. पाण्याचा हा घोट लहान चमचाभर असावा व हळूहळू सावकाश प्यावे. म्हणजे आपली लाळ त्यात मिसळावी. अन्नाप्रमाणे पाणीसुद्धा पचवावे लागते. कुत्रा जसा पाणी पितो त्याप्रमाणे पाणी प्यावे. उभ्याने, बाटलीतून, फ्रिजमधले असे पाणी पिऊ नये. जेवताना शक्यतोवर गरम पाणी प्यावे व ते सुद्धा अर्धा ग्लास म्हणजे दोन-चार घोट मधून मधून प्यावे. जेवणाच्या अगोदर व जेवणानंतर एक तास पाणी पिऊ नये. सकाळी उठल्याबरोबर घाई गर्दीत पाणी पिऊ नये. सकाळी अतिशय सावकाश खाली बसून घोट, घोट पाणी प्यावे. शौचाला जायचे आहे म्हणून घाई घाईत पाणी पिणे घातक आहे.

धार्मिक कार्यात पाण्याचे अतिशय महत्त्व आहे. संध्येमध्ये प्रथम मार्जन, द्वितीय मार्जन यात संपूर्णपणे जलदेवतेला विनवणी आहे. आम्हाला शुद्ध कर. आमच्यावर कोणत्याही रोगराईचा प्रभाव पडू देऊ नको. आमचे सर्व पाप धुऊन काढ. आमचे शरीर व मन शुद्ध कर. अशा अनेक विनवण्या मार्जनात केलेल्या आहेत. स्नान केल्याशिवाय आपण कोणत्याही धार्मिक कार्यात भाग घेऊ शकत नाही.

तीर्थक्षेत्रावर तेथील देवतेचा प्रभाव असतो. त्या देवतेची शक्ती त्या पाण्यात प्रवाहित होते. त्यामुळे तीर्थक्षेत्रावर स्नान केल्यास मनुष्याचे अनेक दोष नष्ट होतात. तसेच तीर्थक्षेत्रावर साधू संन्यासी आंघोळ करतात. तेव्हा ते आपला दंड त्या पाण्यात फिरवतात. त्यामुळे अनेक लोकांनी स्नान केल्यामुळे झालेले अशुद्ध पाणी शुद्ध होते. दुर्दैव हे की आता तीर्थक्षेत्राचे पाणी दूषित होत आहे. लोकांनी तीर्थक्षेत्राचे नियम

न पाळता त्या क्षेत्राला पिकनिक स्पॉट केले व वाटेल तसा कचरा त्या पाण्यात टाकला. त्यामुळे तीर्थक्षेत्र कोरडे होत आहे. मनुष्याच्या कल्याणा-करताच ईश्वरानी तीर्थक्षेत्राची निर्मिती केलेली आहे. पण ह्याची जाणीव कोणालाच नाही.

मनुष्य प्राण्याला शुद्ध करणे व निरोगी ठेवणे हा पाण्याचा गुणधर्म आहे. पण हेच पाणी कधी कधी अशुद्ध होते. तेव्हा तेसुद्धा शुद्ध करावे लागते. पाण्यात गाळ व कचरा पडल्यामुळे ते अशुद्ध होते. तेव्हा त्यातील गाळ काढून व औषधे टाकून पाणी स्वच्छ करू शकतो. पण त्यात सकारात्मक ऊर्जा निर्माण होत नाही.

जेव्हा आपल्या घरी अशौच असते किंवा इतर काही कारणामुळे पाणी अशुद्ध होते. त्यावेळी त्या पाण्यानी देवाला अभिषेक करून त्या पाण्यात सकारात्मक ऊर्जा निर्माण करावी लागते. पाण्याच्या शुद्धतेसाठी उदकशांती नावाचा शास्त्रोक्त विधी करून आपल्या घरच्या पाण्यात सकारात्मक ऊर्जा निर्माण करता येते. या विधीमध्ये चार वेदाचे चार ब्राह्मण जलशुद्धीकरण मंत्र म्हणतात. अशी उदकशांती एक-दोन वर्षात केल्यास पाण्याच्या शुद्धतेची समस्या समाप्त होते. तीर्थक्षेत्रावर नदीचे पाणी थोडे गढूळ जरी असले तरी त्यात कोणतीही शंका कुशंका मनात न आणता विश्वासाने व श्रद्धेने आंघोळ करावी. आपल्याला कोणतीही बाधा होत नाही व अनेक दोष नष्ट होतात. तीर्थक्षेत्रावरील पाणी पापनाशक असते.

देव चैतन्यातीत आहे. देवाच्या मूर्तीत चैतन्य निर्माण करण्याकरता त्यावर पाण्याचा अभिषेक करावा लागतो. हवा व पाणी याच्यामुळे मूर्तीत चेतना निर्माण होते व मंत्रांनी त्यात चैतन्य तयार होते. पुढे हेच चैतन्य आपल्या घरात पसरते व आपल्या घरात नकारात्मक गोष्टींचा नायनाट होऊन सकारात्मक ऊर्जा तयार होते. ही सकारात्मक ऊर्जा आपल्या घरात आनंद समाधान व शांती तयार करते. त्याकरता आपल्या घरात अधून-मधून रुद्राभिषेक, लघुरुद्र व इतर अभिषेक करून सकारात्मक ऊर्जा निर्माण करावी.

पाण्याने स्नान करून आपण आपला देह शुद्ध करतो. त्यामुळे शरीरशुद्धी तर होतेच शिवाय आपण बलशाली पण होतो. उभ्याने किंवा वीवस्त्र होऊन आंघोळ करू नये. त्यामुळे घरात दारिद्र्य येते. तसेच तेल

लावून अभ्यंग स्नान करावयाचे असल्यास ते बुधवारी किंवा शनिवारी करावे. इतर दिवशी अभ्यंगस्नान घातक असते.

पृथ्वीवर ७० टक्के पाणी आहे. पण त्यातील फक्त २ टक्के पाणी पिण्यालायक आहे. पाण्याचा दुरुपयोग केल्यामुळे हे पिण्यालायक पाणी नष्ट होत आहे. पूर्वीच्या काळी नदीचे पाणी गोड असून तेच लोक पीत असत. पण लोकांनी त्या पाण्याचा उपयोग योग्य तऱ्हेने केला नाही. त्यामुळे नद्या आटल्या. पाण्यात नको तो कचरा लोकांनी टाकला. स्नान करताना सुद्धा त्यात घाण केली. हळूहळू पिण्याचे पाणी कमी कमी होत असून पुढे त्याची भीषण समस्या निर्माण होणार आहे. आज जुन्या विहिरी व नद्या स्वच्छ करण्याची अतिशय आवश्यकता आहे. गावातील व कारखान्याचे घाण पाणी नदीत न सोडता त्याला वेगळी वाट करून दिली पाहिजे. तलावातील गाळ काढून तो शेतीत टाकण्याकरता शेतकऱ्यांना उपलब्ध करून दिला पाहिजे. म्हणजे पाण्याची पातळी वाढेल. मोठमोठ्या किल्ल्यावर विहिरी व तलाव आहेत. त्यात अजूनही चांगले पिण्यालायक पाणी आहे. अशा पाण्याच्या व्यवस्थेवर व अवकाळी पावसामुळे होणारे नुकसान ह्यावर अभ्यास व्हायला पाहिजे व त्यानुसार उपाययोजना तयार केली पाहिजे.

तेव्हा पाण्याचा उपयोग योग्य तऱ्हेने करावा. ईश्वरावर अभिषेक करा. संध्या करा. सूर्याला अर्घ्य द्या. जेणेकरून पाण्यावर चांगल्या विचारांचा व वातावरणाचा प्रभाव पडून पाणी आटण्याची प्रक्रिया कमी होईल. पाण्याची पूजा करा. पाण्याविषयी अपशब्द काढू नका. उदकशांती करा. पाण्याला ईश्वरासमान सन्मान द्या. ह्यालाच म्हणता येईल आत्मोद्धार.

आकाश तत्त्व

गाणगापूरला एक गरीब ब्राह्मण राहत होता. पण तो गरीब असूनही परान्न घेत नव्हता. भिक्षेमध्ये जे मिळेल त्यात तो समाधानी होता. पण त्याच्या स्त्रीला हे आवडत नव्हते. इतर लोकाप्रमाणे आपणही ब्राह्मण सुवासिनी जाऊन पंचपक्वान्न खावे असे तिला वाटत होते. पण तिचा पती तिचे ऐकत नव्हता. त्यानी बायकोला सांगितले की तुला जायचे असेल तर जा मी येत नाही. एक दिवस एक व्यक्ती ब्राह्मण लोकांना श्राद्धाचे जेवण करण्याकरता आमंत्रण देत होता. तेव्हा या ब्राह्मण व्यक्तीला सुद्धा आमंत्रण दिले. पण तो जेवायला यायला तयार नव्हता. पण त्याच्या स्त्रीला जेवायला जायचे होते. त्या व्यक्तीला दोघांनाही जेवायला बोलवावयाचे होते फक्त स्त्रीला नाही. तेव्हा ती नाराज होऊन श्री नृसिंहसरस्वती स्वामी महाराजांकडे आली व सांगितले की मला चांगले जेवण करायचे आहे. आम्ही गरीब असल्यामुळे पंचपक्वान्नाचे जेवण मिळत नाही व माझा नवरा परान्न घेत नाही. तेव्हा आपण मध्यस्थी करून त्याला जेवायला यायला सांगावे. महाराजांनी त्या ब्राह्मणाला बोलाविले व सांगितले की तू तुझ्या स्त्रीबरोबर जेवायला जा. नेहमी कुलस्त्रीचे मन नाराज राहायला नको. त्या ब्राह्मणांनी सांगितले की मी परान्न घेत नाही पण गुरुची आज्ञा म्हणून जेवायला जाईल. या स्त्रीला मोठा आनंद झाला. व ते दोघेही जेवायला गेले. जेवताना तिने पाहिले की आपल्या सोबत कोल्हे, कुत्रे, मांजर, डुक्कर असे प्राणी जेवत आहे. व ते दोघेही जेवण सोडून पुन्हा महाराजकडे आले. व सर्व हकीकत सांगितली. महाराजांनी तिला विचारले कसे होते परान्न? त्यानंतर महाराजांनी त्यांना आशीर्वाद देऊन त्यांचे दारिद्र्य दूर केले. व नंतर निषिद्ध अन्न, परान्न, संध्या यावर उपदेश केला. *(गुरुचरित्र अध्याय छत्तिसावा)*

ही गोष्ट सांगण्याचे कारण असे की आपण जेव्हा श्राद्धाचे जेवण देतो तेव्हा जेवायला बसणाऱ्यांच्या अंगात ज्या व्यक्तीचे नावावानी जेवण तो जेवत आहे ती व्यक्ती ज्या योनीत असेल त्या योनीत तो जेवण करत असतो. म्हणूनच आपण श्राद्धाचे जेवण जेवायला जात नाही. या

गोष्टीत महाराजांनी या जोडप्याला दिव्यदृष्टी देऊन दाखवून दिले की परान्न किंवा श्राद्धाचे जेवण काय असते.

जेव्हा मनुष्य मृत होतो तेव्हा त्याचे वासना रुपी शरीर आकाश तत्वात राहून अंतरिक्षात फिरत असते. त्याने दुसऱ्या योनीत जन्म घेतलेला असेल तरी काही वासना शिल्लकच राहतात व आपण आवाहन केल्यावर त्या आवाहनाच्या जागेवर उपस्थित होतात व निरनिराळ्या शरीराचा आसरा घेऊन आपला हविर्भाग ग्रहण करतात. तसेच भूत, पिशाच्च, वेताळ हे सर्व आकाश तत्त्वांनी वातावरणात फिरत असतात. तसेच देवी देवता सुद्धा आकाश तत्वाद्वारे फिरत असतात व आपण आवाहन केल्यावर हजर होतात. आपण आपल्या धार्मिक ग्रंथात पाहिले असेलच की काही साधुसंत एकाच वेळी तीन चार ठिकाणी दिसतात. त्यांनी आकाश तत्व अवगत केलेले असते. संपूर्ण ब्रम्हांडात आकाश तत्व व्यापलेले आहे. ग्रह तारे सुद्धा आकाश तत्त्वातच फिरत असतात.

आकाश तत्व एवढे विशाल आहे की संपूर्ण ग्रह तारे त्यातून निर्माण होतात व त्यातच विलीन होतात. आकाश तत्त्व म्हणजे आकाशवाणी केंद्र. ध्वनी प्रक्षेपित करणारं तत्व. आकाश तत्व म्हणजे ध्वनी, शब्द, नादब्रह्म. आपल्या मुखातून निघालेला ध्वनी म्हणजेच नामस्मरण तथा मंत्र हे आकाश तत्वाद्वारे त्या देवतेपर्यंत जातात व फलस्वरूप त्या देवतेचे आशीर्वाद आपल्याला मिळतात. आकाश तत्त्व म्हणजे विचार. आपले विचार आसमंतात जाऊन त्याचे पुनरप्रक्षेपण होणे. म्हणूनच आपण आपले विचार व शब्द हे चांगलेच असले पाहिजे. जर आपले विचार चांगले नसतील किंवा आपण उच्चारलेले शब्द चांगले नसतील तर त्याच्या परिणाम स्वरूप आपल्यावर वाईट विचार किंवा शब्द प्रक्षेपित होऊन आपलेच नुकसान होईल. आपण पूजा करताना संकल्प करतो किंवा सांगता करतो परिणाम स्वरूप आपली कार्यसिद्धी होते. व त्यामुळे आपले कर्म दोष व कर्म बंधने कमी होतात याचे कारण आकाश तत्व.

आपल्या शरीरात देखील आकाश तत्व मानेपासून वर असते. पंचतत्त्वा पैकी चार तत्त्वांना आकाश तत्त्वापासूनच ऊर्जा प्राप्त होते. आपल्या शरीरात आकाश तत्व कमी झाल्यास व्यक्ती भयग्रस्त किंवा

व्याधीग्रस्त होतो. आकाश तत्व वाढण्याकरता बाहेर मोकळ्या ठिकाणी फिरणे. तसेच उपवास करणे. उपवास केल्यामुळे शरीरात जागा (स्पेस) निर्माण होते. म्हणूनच आपल्या शास्त्रात एकादशी किंवा इतर व्रत वैकल्य सांगितलेली आहेत. वास्तुशास्त्रात वास्तु मध्यंतरी चौक किंवा मोकळी जागा सोडतात. त्यामुळे आपल्या घरात आकाश तत्व मुबलक मिळते. ह्यालाच ब्रह्मस्थान म्हणतात. हे फार आवश्यक आहे.

तेव्हा आपण आपल्या मुखातून चांगले शब्दांचे उच्चारण करू. चांगले विचार, चांगले संकल्प प्रक्षेपित करू. म्हणजे पुनर्प्रक्षेपण होताना चांगली फलश्रुती आपल्याला प्राप्त होईल व जीवन सुखमय होईल. व पुढे सद्गती प्राप्त होईल म्हणजेच आत्मोद्धार.

<u>वायु तत्व</u>

पंचमहाभूत हे सर्व जिवंत अस्तित्व आहेत. ते जसे बाहेर आहे तसेच आपल्या शरीरात देखील आहेत. त्यांच्या अस्तित्वामुळे आपले अस्तित्व टिकून आहे. तेव्हा त्यांना देवासमान मान दिला पाहिजे. व त्यांची पूजा सुद्धा केली पाहिजे. वायु तत्व संपूर्ण ब्रह्मांडभर व्यापून आहे. ते आपल्या शरीरात व शरीराभोवती आहे. आपल्या शरीरात वात-दोष, कफ-दोष व पित्तदोष असे तीन दोष असतात हे तीनही दोष संतुलित असले की आपण निरोगी असतो. रात्रीचे दोन ते सकाळी सहा पर्यंत वातदोष. सकाळी सहा ते दहा पर्यंत कफदोष व दहा ते दोन पर्यंत पित्तदोष असतो. हाच क्रम पुढचे बारा तास असतो. वातदोषात शौचाला जाणे चांगले असते. वातदोषाच्या दबावामुळे कोठा साफ व्हायला मदत होते. त्यामुळेच सकाळी लवकर उठून सहाच्या आत शौचाला जावे. कफदोषात व्यायाम वगैरे व पित्तदोषात जेवण करावे. त्यामुळे जेवणाची वेळ बारा वाजता असते. वात दोष संतुलित नसेल तर शौचाला साफ होत नाही.

वातदोष प्रकोपित झाला तर संधिवात, पार्किंनसन, अर्धांगवायू, मानसिक असंतुलन असे रोग होऊ शकतात. आपल्या कुंडलीत जेव्हा शनीची दृष्टी चंद्रावर असते तेव्हा विकलांग योग तयार होतो. तेव्हा वरील रोग होतात. यावर ॲलोपॅथी मध्ये औषध नाही. आयुर्वेदिक औषधाबरोबर शरीरावर मेहनत घ्यावी लागते. केवळ गोळ्या खाऊन रोग नियंत्रणात येत नाही. असा रोग असणाऱ्यांनी पवनपुत्र हनुमानाची सेवा करावी.

आपल्या शरीरात वातदोषात मुख्यतः प्राणवायू असतो. हा प्राणवायू संतुलित राहण्याकरता आपण प्राणायाम करत असतो. प्राणायामात नाकानी एका बाजूने श्वास घेऊन दुसऱ्या बाजूने सोडायचा असा क्रम असतो. श्वास घेताना तो छातीकडे जाऊ न देता पोटाकडे गेला पाहिजे. त्यामुळे कुंडलिनी जागृत होण्या करता मदत होते. श्वास छातीकडे गेल्यास नुकसान दायक असते. प्राणायाम गुरूच्या मार्गदर्शनाखाली शिकून नंतरच व्यवस्थित करावा. हाच प्राणवायू शरीरात पंचप्राण म्हणून पाच प्रकारे कार्यरत असतो. ते पंच प्राण म्हणजे

प्राण, अपान, व्यान, उदान व समान. हे पंचप्राण जिवंत अस्तित्व असल्यामुळे त्यांना जेवताना आहुती देतात. त्यालाच आपण प्राणग्निहोत्र म्हणतो. छोट्या छोट्या भाताच्या आहुती घेऊन:

म्हणून एक एक आहुती मुखात टाकावी. ही आहुती असल्यामुळे त्याला दाताचा स्पर्श न करता गिळावी. ह्यामुळे वायु देवतेची कृपा होऊन तुमच्या शरीरात प्राणवायूचे प्रमाण वाढून वातदोष संतुलित राहण्याकरता मदत होते.

सकाळी सहा वाजेपर्यंत वातदोष कार्यरत असतो. तसेच ह्या वेळेला वातावरणात ओझोनचे प्रमाण जास्त असते. तेव्हा सकाळी फिरणे किंवा मोकळ्या जागी व्यायाम करणे शरीराला फायदेशीर असते. व त्यामुळे आपल्या शरीरात प्राणवायूचा संचय जास्तप्रमाणात होत असतो. त्याकरता सकाळी लवकर उठले पाहिजे.

माणसाने सुसंस्कारित व सात्विक अन्न खाणे सोडलेले आहे. आज नवीन नवीन तामसी अन्न तयार होते. ते लोक मोठ्या चवीने खातात. हेच तामसी अन्न शरीरासाठी अंशतः विषच असते. त्यामुळे दवाखान्यातील रोगींची संख्या वाढत आहे. हे हॉटेलचे पदार्थ खराब होतात. तसेच हॉटेलचा इतर कचरा बाहेर कचराकुंडीत टाकण्यात येतो व तिथे घाण तयार होते. घाणेरडे पदार्थ खाल्ल्यामुळे शौचाला देखील अतिशय घाणेरडा वास येतो. दवाखान्यात वाटेल तशा आजाराचे रोगी येतात व त्यांना दिलेल्या औषधांचा कचऱ्याचा वास या सर्वांमुळे हवा दूषित होत आहे. घाणेरड्या वासाचे फवारे, हिट, मच्छर मारण्याचे लिक्विड (किंवा अगरबत्ती), एअर फ्रेशनर हे खूप सुवासिक वासांचे असतात. पण हवा अशुद्ध करतात व ते शरीराला घातक असतात. आपल्याला शुद्ध नैसर्गिक हवा कशी मिळेल यासाठी मनुष्याने प्रयत्नशील असावे.

आपल्या हिंदू धर्म शास्त्रात प्राचीन ऋषीमुनींनी ईश्वराच्या आराधने करता निरनिराळी वेळ व काळ ठरविलेले आहे. त्या त्या वेळेला ठराविक देवी देवतांच्या ईश्वरीय लहरी आसमंतात फिरत असतात. या

ईश्वरीय लहरी हवेमुळेच वातावरणात फिरत असतात. उदाहरणार्थ श्रावण महिन्यात शंकराच्या लहरी गणपतीच्या वेळेला गणेशाच्या लहरी या वातावरणात फिरत असतात. तो समय निघून गेला की या लहरी देखील राहत नाही. तेव्हा त्याच वेळेला त्या देवतेची पूजाअर्चा, अनुष्ठान करणे आवश्यक असते. इतर वेळेला पूजा जास्त फलदायी ठरत नाही. काही लोक आमचा अमुक सण राहिला म्हणून नंतर केव्हातरी तो सण साजरा करतात अशा सणाला योग्य ते फल मिळत नाही. कारण त्या सणातील देवतेच्या लहरी निघून गेलेल्या असतात. त्यामुळे तो सण किंवा पूजा सोडून देणेच योग्य ठरते. असा सण करणे म्हणजे केवळ मानसिक समाधान असते.

आज पर्यावरण समस्या खूप जटिल झालेली आहे. ह्याला कारण बेसुमार वृक्षतोड आहे. त्यामुळे शुद्ध हवा कशी जास्तीत जास्त मिळेल असे वृक्ष लावावेत. पिंपळ, वड, औदुंबर, पळस, जांभूळ, बाभूळ, साग, कडुनिंब असे वृक्ष लावावेत. ह्यामुळे वातावरण तर शुद्ध होईलच शिवाय पक्ष्यांचे सुद्धा संगोपन होईल. परदेशी झाडे जसे गुलमोहर, सुबाभूळ, निलगिरी असे वृक्ष लावू नये. हे वृक्ष शोभेचे असून पक्षी देखील ह्या वृक्षावर बसत नाहीत. हे वृक्ष जमिनीतील पाणी जास्त प्रमाणात शोषून घेतात. तसेच वृक्षतोड थांबविण्याकरता आम्ही इतके झाडे लावली हे सांगण्यापेक्षा आज आमच्या परिसरात इतके झाडे तोडली याची माहिती सरकारी यंत्रणेला द्यावी किंवा वृत्तपत्रात जाहीर करावी म्हणजे वृक्षतोडीवर कार्यवाही होऊन वृक्षतोड थांबेल. आपल्या घरी कमीत कमी पाच तुळशीचे झाडे असावेत. तसेच बेलाचे झाड असावे. दररोज देवाला भरपूर तुळस बेल दुर्वा व फुले वहावीत. ह्यामुळे घरातील मत्सरदोष निघून जातो व घरात आनंदी वातावरण राहते. घरी इंग्रजी शोभेचे झाड लावण्यापेक्षा मोगरा, जाई, जुई, अशी फुलांची झाडे लावावीत. त्यामुळे देवाला फुल तर मिळेलच शिवाय तुमचे घर देखील ऑक्सिजन पार्क होईल. तेव्हा पवनपुत्र हनुमान आपल्या सर्वांचे पर्यावरणापासून रक्षण करो. हीच ईश्वराजवळ प्रार्थना. ह्यालाच म्हणता येईल आत्मोद्धार.

पृथ्वी तत्त्व

समुद्र वसने देवी पर्वत स्तन मंडिते ।
विष्णु पत्नी नमस्तुभ्यं पाद स्पर्श क्षमश्व मे ॥

जिच्या शरीरावर पाय ठेवून आपण आपला दिवसाचा जीवनक्रम सुरू करतो अशी ही धरणी माता. जेव्हा आपण सकाळी उठतो तेव्हा या भूमातेवर पाय ठेवायच्या पूर्वी वरील श्लोक म्हणून तिला नमस्कार करावा व पहिले पाऊल ठेवताना म्हणावे 'पाद स्पर्श क्षमश्व मे' व दुसरे पाऊल ठेवताना म्हणावे 'रक्षमाम पदे पदे'

आपल्या शरीरात पृथ्वीतत्त्व कमरे सभोवती असते. त्यामुळेच आपण स्थिर राहतो. व याच ठिकाणी आपली कुंडलिनी पण असते. त्यामुळेच प्राणायाम करताना श्वास पोटाकडे गेला पाहिजे. ज्यामुळे कुंडलिनी जागृत व्हायला मदत होते. प्राणायाम, ध्यानधारणा यामुळे कुंडलिनी जागृत होते. कुंडलिनी जागृत होण्यामुळे आपल्या बुद्धीचा विकास होतो. या बुद्धीच्या विकासाच्या बुद्धी, मती, प्रज्ञा, मेधा व ऋतंभरा अशा पाच पायऱ्या आहेत. प्रज्ञा पर्यंत पोहोचायला अनेक वर्षांची तपश्चर्या लागते. संध्या, गायत्री जप, प्राणायाम, ध्यानधारणा, ब्रह्मचर्य, आहार-आचार-विचार या सर्व गोष्टी प्रज्ञा जागृत होण्याकरता मदत करतात. प्रज्ञा जागृत झाल्यावर त्याला सृष्टीतील अनेक गोष्टींचे ज्ञान प्राप्त होते व तो प्रत्येक गोष्टीचे आकलन सहज करू शकतो. तपस्वी लोकांनी हे पृथ्वीतत्त्व आत्मसात केलेले असते. त्यांचा आहार आचार विचार यावर अतिशय संयम असतो.

सामान्य माणसांनी जशी जमेल तशी या धरणी मातेची सेवा करावी. ही धरणी माता कोणालाही काहीही कमी पडू देत नाही. आपल्या हिंदू धर्मशास्त्रात जेव्हा कोणतीही पूजा केली जाते. तेव्हा सर्वप्रथम पंचमहाभूतांची पूजा करण्यात येते. त्यात पृथ्वीचीसुद्धा पूजा केली जाते. जेव्हा एखादी वास्तू तयार करायची असते. तेव्हा सर्वप्रथम भूमिचीच पूजा करण्यात येते. संपूर्ण विश्व या धरणीमातेवरच अवलंबून आहे. ती सर्व काही आपल्याला देते .पण आपण तिला काहीही देऊ शकत नाही. व ती फक्त तुमचे प्रेम व भक्ती मागते. तिची एकच इच्छा असते की माझी सर्व लेकरे आनंदाने व सुखा समाधानानी रहावीत. पण हे पृथ्वीवरील

लोकांना कळत नाही व ते सत्तेसाठी झगडत असतात. युद्धे व महायुद्ध होतात. या पृथ्वीवरील प्रत्येक जीव हा जन्माला येतो तसाच मरणही पावतो.

या कलियुगात प्रत्येक व्यक्ती पैसा प्रसिद्धी व सत्ता याच्या मागे लागलेला आहे व धरणीमाता त्यांच्याकडे दुःखाने पाहत असते. तिला वाटते की या माझ्या भूतलावर लोकांनी यज्ञ याग करावेत. मोठमोठे सण व उत्सव करावेत. घराघरातून वेदांचे ध्वनी ऐकू यावेत. पण याच्या विपरीत परिस्थिती सध्या दिसत आहे. सत्ता व पैसा सोडून एक दिवस आपल्यालाही मरण येणार आहे हे कोणाच्याही लक्षात येत नाही. स्वतःचा स्वार्थ साधता साधता मरणे वेगळे व जनकल्याणाकरता किंवा देशसेवे करता मरणे वेगळे. राष्ट्रहीता करता एखादा मनुष्य मरण पावला तर या धरणीमतेला सुद्धा धन्य वाटते.

पूर्वी धरणी माता व गोमाता यांचे घनिष्ठ संबंध होते. या धरणीमातेवर गोमातेचे शेण व मूत्र खत रूपाने पडत होते. त्यामुळे अन्नधान्य सकस व रुचकर वाटायचे. फळे रसाळ व मधुर असायचे. पण आता ती परिस्थिती राहिली नाही. गोमातेला भाकड आहे, दूध कमी देते, म्हणून कत्तलखान्यात पाठवले जाते व गो-हत्येचे पातक शिरावर ठेवून आपण संकरित किंवा जर्सी नावाचे दूध देणारे जनावर घेऊन येतो. या जनावरामुळे पैसा मिळतो. पण आनंद शांती निरोगी आयुष्य मिळत नाही. या गाईचे शेण व मलमूत्र घाणेरडे असल्यामुळे धरणी माता खूप धान्य पिकविते पण त्याला सकसपणा नसतो. फळे बेचव व आंबट असतात.

धरणी मातेवर सुद्धा आता शेती नसून सिमेंट काँक्रीटच्या इमारती असतात. हल्ली लोकांना पैशाची हाव असल्यामुळे त्यांनी जमिनी बिल्डरला विकल्या. तसेच पहाड व डोंगर खोदून लोकांनी त्या ठिकाणी वस्ती केली, रस्ते केले. त्यामुळे निसर्गचक्रात बदल होऊन वातावरणात सुद्धा बदल झाला. त्याचा परिणाम शारीरिक आरोग्यावर झाला. आज ह्या सिमेंटच्या युगात आपला जमिनीचा संबंध तुटला. त्यामुळे पृथ्वीतत्व मिळणे बंद झाले. पृथ्वीतत्त्वाशी संबंध तुटल्यामुळे संधिवात, अर्धांगवायू सारखे अनेक रोग निर्माण झाले .मनुष्य प्राण्याचे स्थैर्य नष्ट झाले. व तो अस्थिर झाला. ज्यांनी शेती विकली व

पैसा मिळवला त्यांचा पैसा खर्च झाला व शेतीसहित पैसाही खपला. ज्यांनी गाई विकल्या त्यांच्या घरी रोगराई आली. यालाच म्हणतात कलीचे महात्म्य. तेव्हा ज्याला जमेल त्यांनी या धरणीमातेची व गोमातेची सेवा करावी व सुखा समाधानानी रहावे.

आज पृथ्वीवरील परिस्थिती अतिशय बिकट होतं चालली आहे. अवकाळी पाऊस, बर्फ वृष्टी, पूर, दुष्काळ, भूकंप, सतत वाढणारे तापमान, वितळणारे बर्फ, पर्यावरण प्रदूषण, समुद्राची पातळी वाढणे ही एक धोक्याची घंटा आहे. ह्यामुळे मानवी जीवन व इतर जीवसृष्टी केव्हा नष्ट होईल हे सांगता येत नाही. त्यामुळे पृथ्वीचे संरक्षण होणे आवश्यक आहे. त्याकरता भारत व इतर 193 देशांनी दरवर्षी 22 एप्रिल हा जागतिक पृथ्वी दिन, ठरविला. ह्या दिवशी नैसर्गिक समस्यावर विचार करून पृथ्वीचे रक्षण कसे करता येईल यावर उपाय योजले जाऊन ते अमलात आणावेत असे ठरले. पण आज प्रत्येकाने दररोज हा वसुंधरा दिवस अमलात आणून नवीन वृक्ष लावणे, नदी नाले साफ करणे, वृक्षतोड थांबवणे अशा अनेक प्रकारे ह्या धरणी मातेची सेवा करावी. ह्यालाच म्हणता येईल, आत्मोद्धार.

॥ सारांश ॥

<u>भक्तीयोग</u>

पूर्वी तीर्थयात्रा किंवा देवदर्शन करणे सोपे नव्हते. त्यामुळे घरातील देवाकडे तसेच आपल्याकडील परंपरागत सणांकडे, व्रतवैकल्याकडे लोक जास्त लक्ष देत होते. परिणामतः लोक ईश्वराला चिकटून होते व त्याचा चांगला परिणाम पुढील संततीवर होत होता. घराणे टिकून राहायला मदत होत होती. पण आता तसे नाही. आज आपल्या घरातील देवाकडे तसेच आपल्या परंपरागत व्रत-वैकल्याकडे दुर्लक्ष होत आहे. सुधारणाच्या नावाखाली आमच्याकडे हा देव नाही, आम्ही लावूनच घेतले नाही, उरकवून टाका, श्राद्ध पक्ष, मुंज वगैरे प्रबोधन वाल्याकडून थोडक्यात करून टाका, अशी भाषा सुरू झाली आहे. संस्कार व संस्कृती नष्ट होत आहे. त्यामुळे आपले दोष वाढून घराणे नष्ट होत आहे. घरातील देवधर्माकडे दुर्लक्ष होत आहे तर दुसरीकडे देवळात देवदर्शनाला गर्दी होऊन लांबच लांब रांगा लागत आहेत. आपल्या घरातील देवपूजा, सूर्याला अर्घ्य, तुळशीची पूजा, अंगणात किंवा दारासमोर सडा व रांगोळी, तुळशीजवळ दिवा हा आपल्या संस्कृतीचा पाया आहे. देव धर्माचा पायाच जर नष्ट होत असेल तर बाहेरच्या देवी देवतांचे दर्शन, गुरू, मोक्ष हे सर्व निरर्थक आहे. ईश्वरी सानिध्यच मनुष्याला गुरुचा मार्ग दाखवील व गोक्षाकडे घेऊन जाईल. सात्विक व सुसंस्कारित अन्न व्यक्तीचेजीवन घडविते. चांगले विचार, निरोगी जीवन, आनंद व सुख समाधान निर्माण करते. अतिथीला जेवू घालणे, दारावर आलेल्या भिक्षेकऱ्याला भिक्षा घालणे, पशुपक्षी जलचर यांना खाऊ घालणे. हे आपल्याला मोक्षाकडे घेऊन जाणारे व आपले दोष कमी करणारे साधन आहे.

- देव, पितर व पंचमहाभूते यांची वेळोवेळी उपासना करून त्यांना संतुष्ट ठेवणे व इतर समाजाला सुद्धा यांच्या उपासनेविषयी जागृत ठेवणे किंवा मार्गदर्शन करणे हे ब्राह्मण

व्यक्तींचे आद्य कर्तव्य आहे. समाज हा स्वतःपासून सुरु होतो. तेव्हा स्वतःचे दोष ओळखून आपण स्वतः त्यात सुधारणा करावी. व आपल्या सभोवतालच्या व्यक्तींना सुद्धा योग्य ती मदत करावी.

- ज्या व्यक्तीला आपल्या जीवनात स्वार्थ व परमार्थाचा समतोल साधता येतो. अशा व्यक्तींचे जीवनाचे कल्याण होऊन पुढे सद्गती प्राप्त होते.

- भ्रष्टाचार, दुसऱ्यांना लुबाडणे, माफियागिरी करणे, पैशातून पद प्रतिष्ठा मिळवणे असा पैसा व्यक्तीच्या विनाशाला कारणीभूत होतो. ज्या व्यक्तीचा पैसा केवळ बँकेत पडून असतो अशी व्यक्ती अतिशय गरीब गणल्या जाते. ज्या ठिकाणी कष्टाच्या पैशातून धार्मिक कार्य, अन्नदान, दानधर्म व गरजू व्यक्तीला मदत होते अशा घरात नेहमी सुख, आनंद व समाधान असते.

- प्रयत्नशील व्यक्तीला सुखदुःखाचा कोणताही परिणाम जाणवत नाही. आडवाटेने मिळवलेले सुख व्यक्तीला आहे त्यापेक्षा जास्त दुःखात ढकलते. सुखात मस्ती व अहंकार व्यक्तीला विनाशाकडे घेऊन जाते.

- गोरक्षण हे हिंदू राष्ट्र निर्मिती करता महत्त्वाचे पाऊल आहे. प्रत्येक व्यक्तीने त्याकरता आपले योगदान दिले पाहिजे.

कर्मयोग

भक्ती म्हणजे समर्पण भाव. हा समर्पण भाव केवळ ईश्वराकरताच नसतो तर चराचरातील प्रत्येकाप्रती असायला पाहिजे. कोणाबहलही किंवा कशाबहलही कधीही राग द्वेष नको. वसुधैव कुटुंबकम, ह्यावर आधारित मानसिक घडण एक बलशाली व सुसंस्कारीत राष्ट्र निर्मिती करता प्रेरणा देईल. धर्म, अर्थ, काम, मोक्ष म्हणजेच धर्माप्रमाणे अर्थ व धर्माप्रमाणे कर्म करून मोक्ष मिळविणे. मग आपण *"सर्वधर्मान्परित्यज्य मामेकं शरणं व्रज"* ह्या गीतेतील

श्लोकाप्रमाणे परमेश्वरालाच शरण जाऊ म्हणजे सर्व धर्माचे पालन आपोआप होईल.

- प्रारब्धाचे भोग भोगताना आपल्या कुलदेवतेपासून किंवा इष्टदेवतेपासून भरकटून दूर जाऊ नये. कुलदेवतेपासून भरकटले की कपाळ मोक्ष ठरलेला आहे.

- भक्ती, कर्म, ज्ञान, वैराग्य व विज्ञान या सर्व घटकाद्वारे केलेल्या तपस्याचे फळ म्हणजेच ज्ञान व हे ज्ञान अक्षय असून त्याचा पुढील जन्मी सुद्धा फायदा होतो.

- प्रत्येक कर्माचे फळ हे मिळतच असते. तेव्हा कर्मफलाची अपेक्षा न करता चांगले कर्म करीत राहावे.

- वासनेवर संयम ठेवून मन ईश्वरभक्तीत व सेवेत एकाग्र करणे म्हणजेच मोक्षाकडे वाटचाल करणे होय.

- वास्तुदोष हा पितृ दोषाचाच भाग असल्यामुळे पितरांचे श्राद्ध पक्ष करणे, वृद्धाश्रमात अन्नदान, गरजू व्यक्तीला मदत, तसेच दान धर्म ह्यामुळे वास्तुदोष कमी होतो.

- उपवास हा व्रतवैकल्याचा भाग असून ती एक तपस्या आहे. त्यामुळे व्यक्तीचे शारीरिक व मानसिक स्वास्थ्य सुदृढ होण्याकरता मदत होते.

- तीर्थक्षेत्र व देवदर्शन हे करमणुकीचे किंवा प्रेक्षणीय स्थळ नसून आपले दोष व दुःख निवारण करण्याचे ठिकाण आहे. त्या ठिकाणी भक्ती भावनेनेच जावे.

- कुंडली व ज्योतिष्याचा उपयोग केवळ आपले दोष पाहाण्या करताच करावा. त्यानुसार आपल्या कुलदेवतेची, इष्टदेवतेची उपासना व निरंतर प्रयत्न करून आपल्या दुःखावर मात करावी. ज्योतिषावर विसंबून राहू नये.

- कर्म बंधनामुळे सूडवासना निर्माण होते व कर्मदोषामुळे अधोगती होते. सामान्य माणसाला आपल्या कर्मबंधनाचे किंवा आपल्या कर्मदोषाचे आकलन होत नाही. त्यामुळेच ईश्वरी आराधना, व्रतवैकल्य करून आपण आपल्या सभोवती ईश्वरी शक्तीचे कवच निर्माण केले पाहिजे. योग्य वेळी ईश्वरी

शक्ती तुमच्याकडे योग्य गुरूला पाठविल. व तुम्हाला ह्यातून मुक्त होण्याचा मार्ग दाखविल. अन्यथा अयोग्य गुरू तुम्हाला प्राप्त होतो व तुमची अधोगती होते.

ज्ञानयोग

श्री संत तुकाराम महाराजांनी सांगितले की, तुम्हाला ईश्वराकडे जायचे आहे तर मग गुरु कशाला पाहिजे? ईश्वराचीच भक्ती जशी जमेल तशी करा ना! ईश्वर मिळविण्याकरता तुम्ही स्वतःच स्वयं सिद्ध व्हा.

आपले कर्मदोष व कर्मबंधने हे ईश्वरालाच माहित असतात. ईश्वराच्या सेवेनीच हे दोष कमी होतात. कधी कधी ईश्वर कर्मदोषासाठी प्रतिकर्म आपल्याकडून करवून घेतो. व आपले कर्मदोष किंवा कर्मबंधने संपवितो. त्यामुळे पुढील पिढी आनंदी व सुखी समाधानी होते.

ईश्वर, पितर, पंचमहाभूते हे सर्व मानवाच्या अन्नावर अवलंबून आहेत. ईश्वर, पितर, पंचमहाभूते ह्यांना आपण नैवेद्य दाखवीतो. पशु पक्षांना सुद्धा आपण अन्न पुरवितो. भिकाऱ्यांनी आपल्या भिक्षेतील एक घास काढून तो मुंग्यांना दिला पाहिजे. अन्यथा तो सात जन्म भीक मागत राहतो. अशा रीतीने प्रत्येक जीव आपला हविर्भाग घेत असतो. व त्यामुळे एकमेकाचे पोषण तर होतेच शिवाय ते आपल्यावर संतुष्ट असतात. व आपल्या घरात आनंद असतो. अभिषेक, व्रतवैकल्ये, उपवास व श्राद्धपक्ष करून वरील सर्वांना आपण संतुष्ट ठेवतो. म्हणजेच आपल्या घरात देव, पितर, पंचमहाभूते हे चैतन्यशील असतात. चैतन्यातीत ईश्वराचे नामस्मरण आपण केले पाहिजे. देवच सोडून दिले तर नामस्मरणाला काय अर्थ.

कलियुगाच्या शेवटी लोक संस्कारहीन व आचारहीन होतील. ईश्वराची उपासना बंद होत जाईल. परिणाम स्वरूप ईश्वराला हविर्भाग मिळणे बंद होईल. तेव्हा ईश्वर आपल्या गंतव्य स्थळाला निघून जाईल. पितर पितृ लोकात जाईल. पंचमहाभूते दूषित होतील. पशुपक्षी सुद्धा राहणार नाही. पण त्यासाठी अजून खूप वेळ आहे. तेव्हा आतापासून देव

फेकू नका. तेव्हा प्रत्येक व्यक्तीने ईश्वराची आराधना करून ईश्वराचे जागृत स्थान आपल्या घरात निर्माण करावे.

ईश्वरी प्रेरणेने प्रत्येक पैलू वर ह्या पुस्तकात विवेचन केलेले आहे. आज हिंदू समाज जो विखुरला आहे त्यांनी एका झेंड्याखाली एकत्र यावे व विदेशी शक्तीला शह द्यावा. समाजाची ताकद ही आपल्या देवी देवतात आहे. त्यामुळे प्रत्येक घरात देवी देवतांचे पूजन भक्तीपूर्वक व्हावे. देवी देवता म्हणजेच आपले संरक्षण कवच! पुढील काळ देशाकरता अतिशय वाईट आहे. तेव्हा आपल्या कुलदेवतेला व कुलदेवीला गुरु मानून त्यांचा मंत्र जपावा व त्यांची सेवा करावी. प्रत्येक घरात हिंदुत्वाची ज्योत तेवत ठेवावी. हिंदू राष्ट्राकरिता सजग वातावरण तयार करावे. तेव्हा "हिंदू राष्ट्र सर्वतोपरी" हे ध्येय समोर ठेवून जीवनात मार्गक्रमण करणे म्हणजेच

॥ आत्मोद्धार ॥

उद्धरेदात्मनाऽऽत्मानं नात्मानमवसादयेत्।
आत्मैव ह्यात्मनो बंधुरात्मैव रिपुरात्मनः॥६.५॥